SÁCH NẤU ĂN MỌI THỨ

Khám phá thế giới phong phú và cay nồng của ớt với 100 công thức nấu ăn ngon miệng này với thịt bò, thịt gà, món chay, món chay và hơn thế nữa

Diệu Mỹ

MỤC LỤC

GIỚI THIỆ U

Ớt là loại thực phẩm dễ chịu nhất - nó ấm, cay và luôn khiến bạn hài lòng. Cho dù bạn thích ớt nhẹ hay cay, có đậu hay không, thì luôn có một công thức dành cho tất cả mọi người.

Trong cuốn sách nấu ăn này, chúng tôi rất vui được chia sẻ 100 công thức nấu ăn với ớt ngon và độc đáo chắc chắn sẽ gây ấn tượng. Từ ớt thịt bò cổ điển đến các lựa chọn ăn chay như khoai lang và ớt đậu đen, chúng tôi có thứ gì đó cho mọi người.

Công thức nấu ăn của chúng tôi rất dễ thực hiện, với hướng dẫn từng bước và mẹo hữu ích để đảm bảo rằng món ăn của bạn luôn luôn hoàn hảo. Chúng tôi cũng sẽ chia sẻ một số thông tin cơ bản về ớt và lịch sử của nó, cũng như các mẹo để làm chủ hương vị và kỹ thuật độc đáo giúp món ăn này trở nên đặc biệt.

Vì vậy, hãy tham gia cùng chúng tôi trên hành trình khám phá nghệ thuật của ớt. Với 100 công thức nấu ăn của chúng tôi, bạn sẽ có thể kích thích vị giác của mình và gây ấn tượng với bạn bè và gia đình bằng kỹ năng nấu nướng của mình.

Trong cuốn sách dạy nấu ăn này, bạn sẽ tìm thấy:

- ✓ Công thức ớt thịt bò cổ điển
- ✓ Công thức nấu ăn gà, gà tây và thịt lợn ớt
- ✓ Công thức ớt chay và thuần chay
- ✓ công thức ớt với đậu và không có
- ✓ Xoắn độc đáo về yêu thích truyền thống
- ✓ Mẹo để hoàn thiện các kỹ thuật nấu ớt
- ✓ Thông tin về lịch sử và văn hóa ớt
- ✓ Hình ảnh đẹp mắt của mọi món ăn

Và nhiều hơn nữa! Vì vậy, cho dù bạn đang muốn gây ấn tượng với những vị khách ăn tối hay chỉ đơn giản là thưởng thức một số bữa ăn thịnh soạn và nhiều gia vị, thì cuốn sách nấu ăn này là dành cho bạn..

1. <u>ớt trắng</u>

THÀNH PHẦN:

- 1 muỗng canh dầu dừa
- 1 củ hành vừa, xắt nhỏ
- 3 tép tỏi, đập dập
- 1 (4-oz) lon ớt xanh xắt nhỏ
- 8 ounces nấm, thái lát
- 2 muỗng cà phê thì là
- 1 muỗng cà phê oregano khô
- 4 chén Nước hầm xương gà (2 hộp)
- 4 chén gà tây nấu chín, thái hạt lựu
- 2 (15-oz) lon đậu trắng (miền bắc tuyệt vời, cannellini hoặc đậu xanh)
- 1 chén phô mai Monterey Jack vụn
- Lá mùi tây tươi để trang trí

HƯỚNG DẪN:

a) Đun nóng dầu trong một cái chảo lớn trên lửa vừa.
b) Thêm hành tây và tỏi. Nấu từ từ cho đến khi có mùi thơm.
c) Trộn ớt xanh, nấm, thì là và oregano. Tiếp tục nấu và khuấy hỗn hợp cho đến khi mềm, khoảng 3 phút.
d) Thêm nước dùng xương, gà tây và đậu trắng. Đun nhỏ lửa trong 15 phút, thỉnh thoảng khuấy.
e) Món ớt. Thêm phô mai và trang trí với lá mùi tây. Thưởng thức!

2. One-Pot Thổ Nhĩ Kỳ Chili Mac

THÀNH PHẦN:

- 1 muỗng canh dầu dừa
- 1 pound gà tây xay
- ½ thìa cà phê muối kosher
- ¼ chén hành tây, thái hạt lựu
- 2 cọng cần tây, thái hạt lựu
- ½ chén ớt chuông, thái hạt lựu
- 4 chén Nước hầm xương gà (2 hộp)
- 1 (16-oz) lọ salsa đặc và dày vừa phải
- 1 (15-16 oz) lon đậu đỏ giảm natri, để ráo nước
- 1 (1,25-oz) gói hỗn hợp gia vị ớt
- 8 ounce mì ống khuỷu tay
- 2 ounce phô mai cheddar, thái hạt lựu
- 1 (8-oz) lon nước sốt cà chua không thêm muối
- Lá mùi tây để trang trí

HƯỚNG DẪN:

a) Đun nóng dầu trong một cái chảo lớn ở nhiệt độ trung bình cao. Đặt gà tây xay vào chảo và nêm muối. Nấu 3-4 phút, dùng thìa để nghiền nát thịt.

b) Cho hành tây, cần tây và ớt chuông vào xào thêm 2 phút nữa cho đến khi gà tây chín. Thêm nước dùng, salsa, đậu và hỗn hợp gia vị. Đun sôi.

c) Khuấy mì ống; nấu trong 8 phút, thỉnh thoảng khuấy. Trong khi đó, cắt phô mai thành khối nhỏ. Khuấy nước sốt cà chua và nấu thêm 1 phút nữa. Phục vụ ớt với pho mát và rau mùi tây.

3. ớt bí ngô thịnh soạn

Thực hiện: 4 phần ăn

THÀNH PHẦN:

- 2 muỗng canh dầu
- 1 củ hành tây lớn, xắt nhỏ
- 15 ounces lon đậu
- 2 tép tỏi
- 15 ounces có thể ngô nguyên hạt, để ráo nước và rửa sạch
- 1 muỗng canh ớt bột
- 15 ounces cà chua thái hạt lựu, với nước ép
- 1 muỗng cà phê thì là
- 15 ounces bí ngô xay nhuyễn
- ½ muỗng cà phê tiêu đen
- 1 ½ cốc nước hoặc nước dùng
- 1 muỗng cà phê muối

HƯỚNG DẪN:

a) Trong một cái chao, rửa sạch và để ráo đậu và ngô.

b) Đun nóng dầu trong một cái nồi lớn trên lửa vừa và cao. Thêm hành tây.

c) Nấu, khuấy thường xuyên, cho đến khi mềm.

d) Thêm tỏi. Nấu trong 1 phút, khuấy liên tục.

e) Thêm cà chua và nước ép của chúng, bí ngô, nước, bột ớt, thì là, bột tỏi/hành, muối và hạt tiêu. Đun sôi. Giảm nhiệt xuống thấp. Thêm đậu và ngô.

f) Đậy nắp và nấu, khuấy trong 15-20 phút.

4. thịt nai Chili

THÀNH PHẦN:

- ½ lb pinto hoặc đậu đỏ
- 4 lạng. thịt nai thái nhỏ (cổ, sườn, đĩa, ức, tròn, chân, cẳng) 1½ t. hạt thì là
- ½ c. suet xắt nhỏ hoặc sowbelly cắt thành dải julienne
- 6 củ hành tây cỡ tốt, xắt nhỏ
- 2-4 tép tỏi, băm nhỏ
- 1 t. rau kinh giới
- 3 T. ớt bột tươi
- 1 hộp lớn cà chua Ý bóc vỏ
- 1 lon ớt xanh nhỏ
- Muối và tiêu
- Nước sốt Tabasco (không bắt buộc)
- 2 T. tức thì masa harina hoặc Polenta

HƯỚNG DẪN:

a) Đậu rửa sạch, tráng nước lạnh sạch, đun sôi rồi để nhỏ lửa trong 2 phút; để yên, đậy kín, 1 giờ. Chuẩn bị thịt (thịt hầm là tốt nhất nếu không có chất béo) bằng cách cắt thành khối 1 inch.

b) Cho hạt thì là vào chảo trên lửa vừa và tiếp tục đảo cho đến khi bốc khói và chuyển sang màu bánh mì nướng; sau đó trải chúng trên một mặt phẳng và nghiền nát bằng một cái cán. Bây giờ làm tan chảy suet hoặc sowbelly trong một cái chảo lớn; bạn có thể thay thế đủ dầu thực vật hoặc chất làm ngắn khác để tráng đáy chảo, nhưng bạn sẽ mất hương vị thịt.

c) Ngay khi mỡ chảy ra hoặc bắt đầu xèo xèo, hãy cho từng miếng thịt vào một lúc và áp chảo, xoay các miếng thịt cho kín các mặt.

d) Hạ nhiệt và thêm hành tây và tỏi, thỉnh thoảng khuấy cho đến khi hành tây trong mờ. Thêm hạt thì là khô, rau oregano và bột ớt tươi nhất mà bạn có thể nhận được; đảo đều để thịt ngấm gia vị, thêm cà chua và ớt xanh vào, đun đến khi sôi thì hạ nhỏ lửa đun liu riu.

e) Đun sôi lại đậu đã ngâm và để sủi bọt gần như không thể nhận thấy cho đến khi chúng mềm - 30 phút đến một giờ, tùy thuộc vào loại đậu.

f) Trong khi đó, hãy quan sát hỗn hợp thịt để không bị quá khô, thêm nước hoặc nước kho nếu cần để duy trì độ đặc khá lỏng. Nếm gia vị, thêm muối và hạt tiêu nếu cần, và một chút Tabasco khi vị giác của bạn quyết định.

g) Sau khoảng 1 tiếng rưỡi (thời gian sẽ phụ thuộc vào chất lượng và độ dai của miếng thịt nai) lấy mẫu thịt; nếu mềm hớt bỏ mỡ thừa - hoặc cho vào tủ lạnh qua đêm để mỡ đông lại dễ lấy ra. Thêm masa harina để làm đặc.

h) Sau đó, kết hợp ớt với đậu đã nấu chín, đun sôi trở lại và để hương vị hòa quyện trong 30 phút nữa.

5. Bánh Chili Thổ Nhĩ Kỳ phủ Polenta

Làm cho: 8

THÀNH PHẦN:

- 6 muỗng canh dầu canola
- ¾ chén bột mì đa dụng
- 2 muỗng cà phê bột nở
- 1 quả trứng, đánh tan
- 1 củ hành tây, xắt nhỏ
- ¾ chén Polenta hảo hạng
- 2 tép tỏi, băm nhỏ
- 1½ muỗng cà phê muối kosher
- bình xịt nấu ăn
- 2 (14,5-ounce) lon cà chua rang lửa, không để ráo nước
- 1½ pound thịt gà tây nạc
- 4 ounce phô mai Cheddar sắc nét, cắt nhỏ
- 1 chén nước dùng gà không ướp muối
- 2 thìa ớt bột
- lá ngò tươi
- 15-ounce lon đậu đen, để ráo nước và rửa sạch
- ¾ cốc sữa ít chất béo 2%

HƯỚNG DẪN:

a) Trong chảo, đun nóng 2 muỗng canh dầu.

b) Thêm gà tây và hành tây và xào cho đến khi có màu nâu khoảng 7 phút.

c) Thêm tỏi, bột ớt và 1 muỗng cà phê muối, trong khoảng 1 phút.

d) Chuyển sang Crockpot đã được phun bình xịt nấu ăn.

e) Trộn cà chua, nước dùng và đậu cho đến khi kết hợp tốt.

f) Rây bột nở, bột mì, Polenta và muối còn lại.

g) Thêm trứng, sữa, phô mai và dầu hạt cải còn lại để tạo thành bột bánh.

h) Đổ bột Polenta lên hỗn hợp gà tây trong nồi nấu chậm. Nấu trong 4 giờ 30 phút.

6. Xay khoai lang ớt

Thực hiện: 6 phần ăn

THÀNH PHẦN:

- 2 lon (10-ounce) nước sốt enchilada nhẹ (2 cốc)
- 1 ly nước
- 2 củ tỏi lớn
- Đinh hương; băm nhỏ và nghiền thành bột nhão
- 5 củ khoai lang lớn; (khoảng 3 1/2 lbs)
- 1⅓ cốc phô mai Monterey Jack bào thô; (khoảng 6 ounce)

HƯỚNG DẪN:

a) Làm nóng lò ở 375F. Trong một cái chảo lớn, đun sôi nước sốt enchilada, nước và tỏi với muối cho vừa ăn, thỉnh thoảng khuấy trong 5 phút.
b) Gọt vỏ khoai tây và cắt ngang thành lát dày ⅛ inch. Trong một lớp gratin 3 lít hoặc đĩa nướng cạn, xếp một phần tư khoai tây thành các hình tròn đồng tâm, hơi chồng lên nhau và rắc ⅓ cốc phô mai. Tiếp tục xếp lớp khoai tây và phô mai còn lại theo cách tương tự, kết thúc bằng phô mai.
c) Đổ nước sốt từ từ lên khoai tây, để nước sốt thấm giữa các lớp và nướng gratin đặt trong chảo nướng nông (có thể sủi bọt) ở giữa lò trong 1 giờ hoặc cho đến khi khoai tây mềm.
d) Gratin có thể được làm trước 2 ngày và ướp lạnh, đậy nắp.
e) Hâm nóng lại gratin, đậy nắp, trong lò nướng.

7. Cà Chua Ớt Với Thịt Hạt Taco

Thực hiện: 4 phần ăn

THÀNH PHẦN

3 chén cà chua bỏ hạt và xắt nhỏ
1 chén ớt chuông đỏ và xanh xắt nhỏ, trộn
¼ chén cần tây xắt nhỏ
¼ chén hành vàng xắt nhỏ
1/3 chén nấm xắt nhỏ (bất kỳ loại nào)
1/3 chén hạt ngô
1 muỗng cà phê tỏi băm
2 muỗng cà phê bột ớt
1 muỗng cà phê thì là
¾ muỗng cà phê oregano khô
¼ muỗng cà phê muối biển
1 công thức Taco Hạt Thịt

HƯỚNG DẪN

Cho tất cả nguyên liệu vào tô trộn và trộn đều. Chuyển một phần ba hỗn hợp vào máy xay tốc độ cao và xay nhuyễn. Đặt lại hỗn hợp nhuyễn vào tô trộn.

Để phục vụ, chia cho bốn bát phục vụ. Cho thịt Taco Nut lên trên mỗi phần và thưởng thức.

8. Đậu và ớt gà

Làm cho: 8-10

THÀNH PHẦN:

- 1 pound ức gà, không xương và không da
- 2 muỗng canh dầu ô liu (siêu nguyên chất)
- 1 củ hành tây thái hạt lựu vừa
- 2 tép tỏi
- 2 lon (15 ounce mỗi lon) đậu hải quân, để ráo nước và rửa sạch
- 1 chén hạt ngô tươi hoặc đông lạnh
- 1 4 ounce có thể cắt nhỏ ớt xanh
- ⅛ muỗng cà phê ớt cayenne
- 3 cốc nước
- 2 chén phô mai Monterey Jack nạo
- 2 muỗng canh rau mùi tươi, xắt nhỏ
- 2 thìa cà phê ớt bột
- 2 muỗng cà phê thì là

HƯỚNG DẪN:

a) Chà gà với muối và hạt tiêu.
b) Đun nóng dầu trong chảo trên lửa lớn, sau đó cho miếng thịt gà vào nấu, đảo đều tay cho đến khi có màu vàng nâu.
c) Giảm nhiệt và khuấy trong hành tây và tỏi.
d) Nấu, thỉnh thoảng khuấy trong 5-6 phút hoặc cho đến khi hành tây trong mờ.
e) Thêm đậu, ngô, ớt, gia vị và nước.
f) Đun sôi, sau đó giảm nhiệt và nấu, không đậy nắp, trong 1 giờ.
g) Rắc lên mỗi khẩu phần một thìa phô mai và một ít ngò.

9. Gạo hoang dã và Chili Dip

Thực hiện: 4 đến 6 phần ăn

THÀNH PHẦN:

- 12 ounce đậu lăng nấu chín
- 1⁄4 chén nước luộc rau không men
- 1⁄4 chén ớt chuông xanh xắt nhỏ
- 1⁄2 tép tỏi, ép
- 1 chén cà chua thái hạt lựu
- 1⁄4 chén hành tây xắt nhỏ
- 2 ounce kem phô mai
- 1⁄2 muỗng canh ớt bột
- 1⁄2 muỗng cà phê thì là
- 1⁄4 muỗng cà phê muối biển
- ớt bột
- 1⁄2 chén gạo nấu chín

HƯỚNG DẪN

a) Trong một chảo nước sốt nhỏ, nấu đậu lăng và nước luộc rau.

b) Thêm hành tây, ớt chuông, tỏi và cà chua và nấu trong 8 phút trên lửa vừa.

c) Trong máy xay sinh tố, kết hợp Cream Cheese, bột ớt, thì là và muối biển cho đến khi mịn.

d) Kết hợp gạo, hỗn hợp pho mát kem và hỗn hợp rau đậu lăng trong một bát trộn lớn và trộn đều.

10. Chili con Carne

THÀNH PHẦN:

- Thịt bò xay/băm 500g
- 1 củ hành lớn xắt nhỏ
- 3 tép tỏi
- 2 hộp cà chua xắt nhỏ 400g
- Nước ép cà chua
- 1 muỗng cà phê bột ớt (hoặc nếm thử)
- 1 muỗng cà phê thì là
- một chút sốt Worcester
- Rắc muối và hạt tiêu
- 1 ớt đỏ băm nhỏ
- 1 hộp đậu tây 400g

HƯỚNG DẪN:

a) Phi hành trong chảo nóng với dầu cho đến khi gần chuyển màu nâu thì thêm tỏi băm nhỏ

b) Thêm thịt băm và khuấy cho đến khi có màu nâu; tiêu mỡ thừa nếu muốn

c) Thêm tất cả các loại gia vị khô và gia vị sau đó giảm nhiệt và thêm cà chua xắt nhỏ

d) Khuấy đều và thêm bột cà chua và sốt Worrouershire sau đó đun nhỏ lửa trong khoảng một giờ (ít hơn nếu bạn đang vội)

e) Thêm ớt đỏ xắt nhỏ và tiếp tục đun nhỏ lửa trong 5 phút, sau đó thêm hộp đậu thận đã ráo nước và nấu thêm 5 phút nữa. Nếu ớt bị khô bất cứ lúc nào, chỉ cần thêm một chút nước.

f) Ăn với cơm, khoai tây hoặc mì ống!

11. Súp bí đao Jamaica

LÀM CHO4

THÀNH PHẦN:

- 1 củ hành tây lớn, bóc vỏ và thái nhỏ
- 1 củ cà rốt, gọt vỏ và xắt nhỏ
- 1 quả jalapeño, tiêu, bỏ hạt, thái nhỏ
- 3 muỗng canh bơ
- 2 muỗng cà phê thì là
- 2 muỗng cà phê rau mùi
- ½ muỗng cà phê bột quế
- ½ muỗng cà phê ớt cayenne
- ½ thìa ớt bột
- 1 bí spaghetti lớn, gọt vỏ và thái hạt lựu
- Nước dùng gà ngập rau, khoảng 3 chén
- Nước ép của 1 quả cam
- Nước cốt của 1 quả chanh

KEM ANCHO

- 2 đến 3 quả ớt Ancho, giảm một nửa, bỏ cuống và bỏ hạt
- 6 muỗng canh sữa hạnh nhân
- 4 muỗng canh kem chua
- Muối
- Hạt tiêu
- nước chanh để hương vị

HƯỚNG DẪN:

a) Trong một cái nồi lớn nặng, cho hành tây, cà rốt và ớt Jalapeno vào bơ cho đến khi mềm.

b) Thêm thì là, rau mùi, quế, cayenne và bột ớt

c) Nấu thêm 2 phút trên lửa nhỏ

d) thêm bí đao

e) Đậy hỗn hợp với nước dùng, nước cốt của một quả cam và nước cốt của một quả chanh Đun nhỏ lửa cho đến khi bí mềm, khoảng ½ giờ

f) cho phép làm mát

g) Xay nhuyễn hỗn hợp trong bộ xử lý hoặc sử dụng máy xay sinh tố

h) Cho súp trở lại chảo, nêm muối và tiêu
i) Hâm nóng lại và điều chỉnh gia vị nếu cần
j) Xoáy kem Ancho
k) Trang trí với kem chua pha loãng với một ít kem nặng
l) Cho miếng chấm vào giữa bát súp, dùng tăm kéo từ giữa ra ngoài tạo thành hình ngôi sao hoặc mạng nhện

12. <u>tương ớt</u>

Thực hiện: 40 phần ăn

THÀNH PHẦN:

- 1 pound đậu pinto khô
- 6 lít Nước hoặc nước dùng bò
- 2 Lá nguyệt quế
- 3 ounce cà chua khô
- 1 muỗng canh xô thơm
- 1 muỗng cà phê Oregano
- 3 muỗng cà phê bột Cayenne
- 1 muỗng canh Hạt mù tạt đen; nướng
- 1 thìa hạt thì là; nướng
- ½ chén sốt Worrouershire
- ½ chén nước mắm
- ¼ chén tiêu đen
- ¼ chén ớt bột nóng
- ¼ chén thìa là
- 4 quả ớt Chipotle lớn; xé thành từng mảnh
- 2 quả ớt Jalapeno lớn; băm nhỏ
- 2 cân Cà chua tươi; băm nhỏ
- 1 lon (28-oz) cà chua gọt vỏ; băm nhỏ
- 12 ounce bột cà chua
- 2 củ tỏi; ép
- 2 củ hành vàng lớn; băm nhỏ
- 4 muỗng canh dầu hạt cải
- 1 cân Kielbasa
- 3 pound Thịt bò xay
- 2 muỗng canh Tôm khô
- 1 chén hàu hun khói
- ¼ cốc mật ong
- muối để hương vị

HƯỚNG DẪN:

a) Ngâm đậu pinto qua đêm. Sáng hôm sau để ráo đậu, loại bỏ những hạt nổi.

b) Đun nóng nước hoặc thịt bò, thêm pintos. Đun sôi chậm, giảm nhiệt, thêm lá nguyệt quế và đun nhỏ lửa trong hai giờ. Trong khi đậu đang sôi, cho một thìa hạt thì là và một thìa hạt mù tạt đen vào chảo khô nhỏ. Bật lửa to và nấu, khuấy liên tục cho đến khi hạt *chỉ* bắt đầu nổi lên. Tắt bếp ngay lập tức và nghiền nát trong cối và chày hoặc bộ xử lý thực phẩm. Dự trữ.

c) Tiếp theo, cho tất cả gia vị khô, cà chua, ớt chipotle vào đậu. Khuấy đều. Thêm sốt worcestershire và nước mắm, khuấy đều. Cho bốn thìa canh dầu vào chảo lớn, băm nhỏ hành tây và ớt jalapeno, chiên trên lửa vừa cho đến khi hành tây có màu trong. Cho ớt vào nồi, khuấy đều. Cắt một pound kielbasa, cho vào chảo nâu, thêm ớt. Bây giờ làm nâu ba pound thịt bò xay, cắt bằng thìa thành những miếng vừa ăn. Tắt bếp, để ráo nước và thêm ớt.

d) Bây giờ ấn hai đầu (khoảng 25 tép) tỏi vào ớt. Thêm tôm khô và hàu hun khói. Khuấy đều, đun sôi, giảm lửa vừa và nấu, đậy nắp, thêm một đến hai giờ, thỉnh thoảng khuấy. Khoảng mười lăm phút trước khi dùng, thêm một phần tư cốc mật ong, khuấy đều và thêm muối cho vừa ăn. Lấy ra khỏi bếp và dùng.

13. Súp đậu Gungo

LÀM CHO6-8

THÀNH PHẦN:

- 2 cốc (400 g) đậu gungo hoặc bồ câu khô
- 1 chân giò hun khói
- 2 củ hành vừa, cắt thành miếng lớn
- 2 củ cà rốt, cắt miếng lớn
- 1 cọng cần tây, còn lá
- 2 quả ớt scotch hoặc ớt jalapeño, bỏ hạt và thái hạt lựu
- 1 tép tỏi, băm nhỏ
- 1 lá nguyệt quế
- 1 muỗng cà phê lá hương thảo tươi nghiền nát hoặc ¼ muỗng cà phê hương thảo khô nghiền nát
- 1 phần Spinners

HƯỚNG DẪN:

a) Chuẩn bị Spinners

b) Rửa đậu Hà Lan và đặt chúng vào một cái bát. Thêm đủ nước để đậy nắp và ngâm qua đêm. Xả và đặt sang một bên.

c) Thêm 6 cốc nước vào nồi kho và thêm chân giò, hành tây, cà rốt, cần tây, ớt, tỏi, lá nguyệt quế và hương thảo. Đun sôi, giảm nhiệt xuống thấp và đun nhỏ lửa trong 45 phút. Lọc nước dùng, đặt giăm bông và loại bỏ rau. Hớt mỡ ra khỏi nước kho.

d) Cho nước dùng và chân giò heo vào nồi kho cùng với đậu Hà Lan đã ngâm. Đun trên lửa nhỏ cho đến khi đậu mềm, khoảng 2 giờ. Lấy một nửa số đậu Hà Lan ra khỏi súp bằng thìa có rãnh và xay nhuyễn trong máy xay thực phẩm.

e) Cho bột nhuyễn trở lại súp.

f) Thêm Spinners đã chuẩn bị vào súp và đun nóng.

14. Súp ngô tôm

LÀM 8 PHẦN

THÀNH PHẦN:

- 2 pound tôm cỡ vừa còn nguyên vỏ
- 8 bắp ngô
- 1 thanh bơ
- ½ chén bột mì đa dụng
- 1 củ hành tây lớn, xắt nhỏ
- 3 củ hành lá, xắt nhỏ, tách phần trắng và xanh
- 1 quả ớt chuông xanh, xắt nhỏ
- 2 nhánh cần tây, xắt nhỏ
- 1 muỗng cà phê tỏi băm
- 1 (10-ounce) lon cà chua Ro-Tel nguyên chất và ớt xanh
- Muối, hạt tiêu đen mới xay và gia vị Creole, để nếm thử
- ½ panh kem nặng
- 2 muỗng canh mùi tây lá phẳng xắt nhỏ

HƯỚNG DẪN:

a) Tôm bỏ đầu, lột vỏ, bỏ đầu và vỏ vào một cái nồi lớn. Đặt tôm sang một bên trong tủ lạnh.

b) Sử dụng một con dao rất sắc, cắt hạt ngô ra khỏi một cái bát rất lớn. Sử dụng một con dao bàn cùn, cạo lõi ngô để giải phóng tất cả nước ngô vào bát. Để qua một bên.

c) Cho bắp ngô vào nồi cùng với vỏ tôm. Thêm lượng nước vừa đủ ngập vỏ và lõi ngô rồi đun sôi. Giảm nhiệt xuống mức trung bình và đun nhỏ lửa trong 30 phút, không đậy nắp. Khi hơi nguội, lọc nước dùng vào cốc đo lớn và loại bỏ vỏ và lõi ngô. Bạn nên có 8 cốc nước dùng; nếu không, hãy thêm đủ nước để tạo thành 8 cốc chất lỏng.

d) Trong một cái nồi lớn, nặng, đun chảy bơ trên lửa vừa; thêm bột và nấu, khuấy liên tục, cho đến khi roux chuyển sang màu của bơ.

e) Thêm hành tây, phần trắng của hành lá, ớt chuông, cần tây và tỏi và nấu cho đến khi hành có màu trong. Thêm cà chua và dần dần khuấy trong kho. Nêm muối, hạt tiêu và gia vị Creole và đun nhỏ lửa, đậy nắp trong khoảng 15 phút. Thêm ngô và nấu thêm 10 phút nữa. Thêm tôm và nấu cho đến khi chúng có màu hồng, khoảng 2 phút. Thêm kem, ngọn hành lá và rau mùi tây. Khi đã sẵn sàng để phục vụ, đun nóng nhẹ. Không đun sôi.

15. Brunswick Stew

Thực hiện: 8 ĐẾN 10 PHỤC VỤ

THÀNH PHẦN:

- 6 chén nước dùng gà
- 2 chén thịt lợn kéo BBQ nấu chậm
- 2 chén thịt gà băm nhỏ, nấu chín
- 2 chén đậu lima đông lạnh hoặc khô
- 3 củ khoai tây nâu vừa, gọt vỏ và thái hạt lựu
- 1 (14-ounce) lon cà chua thái hạt lựu trong nước ép cà chua
- 1 củ hành đỏ lớn, thái hạt lựu
- 1½ chén đậu Hà Lan và cà rốt đông lạnh
- 1½ chén đậu bắp đông lạnh
- 1 chén ngô đông lạnh
- 1 chén sốt BBQ hickory
- 3 tép tỏi, băm nhỏ
- 2 muỗng canh nước sốt Worrouershire
- 2½ muỗng cà phê muối nêm
- 1 muỗng cà phê tiêu đen xay
- ½ muỗng cà phê thì là

HƯỚNG DẪN:

a) Thêm tất cả nguyên liệu vào nồi nấu chậm 6 lít. Khuấy cho đến khi mọi thứ được kết hợp tốt. Đậy nắp nồi nấu chậm và đặt nhiệt ở mức thấp.

b) Nấu trong 5 giờ, sau đó phục vụ. Phần còn lại có thể được bảo quản trong hộp kín trong tủ lạnh tối đa 5 ngày.

16. Súp đậu và gạo

Làm cho: 4

THÀNH PHẦN:

- 2 chén thịt gà, nấu chín và cắt khối
- 1 chén gạo hạt dài, nấu chín
- 2 lon đậu pinto 15 ounce, để ráo nước
- 4 chén nước dùng gà
- 2 muỗng canh hỗn hợp gia vị Taco
- 1 chén nước sốt cà chua

Topping:

- Phô mai bào
- điệu Salsa
- ngò xắt nhỏ
- hành tây xắt nhỏ

HƯỚNG DẪN:

a) Đặt tất cả các thành phần trong một stockpot vừa. Khuấy động nhẹ nhàng.

b) Nấu trên lửa vừa, đun nhỏ lửa trong khoảng 20 phút, thỉnh thoảng khuấy.

c) Phục vụ với toppings.

17. <u>canh cơm</u>

Làm cho: 4

THÀNH PHẦN:

- 4 cọng cần tây lớn
- 3 củ cà rốt lớn
- 1 củ hành trắng vừa
- 1 muỗng cà phê cỏ xạ hương khô
- 1 muỗng cà phê mùi tây khô
- 1 muỗng cà phê bột tỏi
- 1 muỗng cà phê muối
- ½ muỗng cà phê cây xô thơm
- 1 muỗng canh amino dừa
- 4 chén nước luộc rau
- 2 cốc nước
- 2/3 chén gạo trắng hạt dài
- 1 lon đậu pinto (15 oz. lon)

HƯỚNG DẪN:

a) Xúc xắc hoặc cắt rau thành miếng vừa ăn.

b) Cho nồi lớn lên bếp và vặn lửa vừa. Xịt đáy nồi bằng dầu bơ hoặc dầu ô liu. Thêm rau.

c) Nấu rau trong 3-4 phút.

d) Sau 3-4 phút, thêm gia vị, lá nguyệt quế và dừa. Khuấy và nấu thêm 1-2 phút nữa.

e) Trong khi rau đang nấu, rửa sạch gạo.

f) Thêm ½ cốc nước luộc rau và cạo đáy/mặt nồi để loại bỏ các mảnh màu nâu ở đáy.

g) Thêm phần còn lại của nước dùng, nước và gạo vào nồi. Khuấy và đậy nắp. Biến nhiệt lên cao.

h) Khi súp sôi, giảm nhiệt xuống thấp và nấu trong 15 phút.

i) Trong khi nấu súp, rửa sạch đậu và để ráo nước. Và thêm chúng vào súp.

j) Ngay trước khi phục vụ, loại bỏ lá nguyệt quế. Phục vụ nóng.

18. Rau củ nướng

Thực hiện: 10 phần ăn

THÀNH PHẦN:

1 pound Đậu bắp tươi, đường. cắt lát
2 gói Đậu bắp thái lát đông lạnh (10oz)
đun sôi nước muối
1 Sườn cần tây, thái lát chéo
2 ớt chuông, trong dải
2 gói Đậu lima đông lạnh (10oz)
8 bắp ngô tươi
2 gói Ngô đông lạnh, rã đông (10oz)
Bơ hoặc bơ thực vật
vụn bánh mì
1 củ hành tây nhỏ, thái nhỏ
4 cà chua chín, thái lát
2 ớt Serrano, thái lát mỏng
1 muỗng cà phê húng quế tươi xắt nhỏ
½ muỗng cà phê húng quế khô, vụn
muối để hương vị
hạt tiêu đen để hương vị
½ chén Monterey Jack vụn

HƯỚNG DẪN:

a) Luộc sơ qua đậu bắp tươi trong nước muối sôi; làm khô hạn.
b) Chần cần tây trong nước muối sôi.
c) Thêm ớt chuông và đậu lima và nấu cho đến khi mềm; trong 30 giây cuối cùng, thêm ngô (không nấu quá chín), sau đó để ráo rau.
d) Bơ một đĩa nướng lớn và rắc vụn bánh mì; thêm một lớp hỗn hợp ngô-đậu và đậu bắp.
e) Kết hợp hành tây, cà chua và húng quế; muỗng lớp hỗn hợp hành tây-cà chua trên lớp dưới cùng trong món ăn.
f) Rắc ớt và nêm muối và hạt tiêu.
g) Chấm bơ và rắc vụn bánh mì.
h) Lặp lại lớp cho đến khi đầy soong.
i) Trên cùng là một lớp đậu bắp đã được nhúng qua vụn bánh mì và xào nhẹ với bơ; rắc đều phô mai vụn nếu muốn.
j) Nướng không đậy nắp trong 300 'đã được làm nóng trước trong 1 giờ.

19. Jambalaya đậu đỏ

Làm cho 4 phần ăn

THÀNH PHẦN:

- 1 muỗng canh dầu ô liu
- 1 củ hành vàng vừa, xắt nhỏ
- 2 xương sườn cần tây, xắt nhỏ
- 1 quả ớt chuông xanh vừa, xắt nhỏ
- 3 tép tỏi, băm nhỏ
- 1 chén gạo hạt dài
- 3 cốc nấu chín hoặc 2 lon (15,5 ounce) đậu đỏ sẫm
- 1 (14,5-ounce) lon cà chua thái hạt lựu, để ráo nước
- (14,5-ounce) lon cà chua nghiền
- (4 ounce) ớt xanh nhạt, để ráo nước
- 1 muỗng cà phê cỏ xạ hương khô
- 1⁄2 muỗng cà phê kinh giới khô
- 1 muỗng cà phê muối
- Hạt tiêu vừa mới nghiền
- 21⁄2 chén nước luộc rau
- 1 muỗng canh mùi tây tươi xắt nhỏ, để trang trí
- Nước sốt Tabasco (tùy chọn)

HƯỚNG DẪN:

a) Trong một cái chảo lớn, đun nóng dầu trên lửa vừa. Thêm hành tây, cần tây, ớt chuông và tỏi. Đậy nắp và nấu cho đến khi mềm, khoảng 7 phút.

b) Cho gạo, đậu, cà chua thái hạt lựu, cà chua nghiền, ớt, húng tây, kinh giới, muối và tiêu đen vào đảo đều. Thêm nước dùng, đậy nắp và đun nhỏ lửa cho đến khi rau mềm và gạo mềm, khoảng 45 phút.

c) Rắc rau mùi tây và một chút Tabasco, nếu dùng, và phục vụ.

20. Đậu đỏ và gạo

LÀM 8–10 PHẦN PHỤC VỤ

THÀNH PHẦN:

- 1 pound đậu thận khô
- 2 muỗng canh dầu thực vật
- 1 củ hành tây lớn, xắt nhỏ
- 1 bó hành lá, xắt nhỏ, tách riêng phần trắng và xanh
- 1 quả ớt chuông xanh, xắt nhỏ
- 2 nhánh cần tây, xắt nhỏ
- 4 tép tỏi, băm nhỏ
- 6 cốc nước
- 3 lá nguyệt quế
- ½ thìa húng tây khô
- 1 muỗng cà phê gia vị Creole
- 1 xương giăm bông với một ít giăm bông trên đó, tốt nhất là, hoặc 2 chân giò hoặc ½ pound giăm bông
- Muối và hạt tiêu đen mới xay, để nếm
- 1 pound xúc xích hun khói, cắt thành những viên tròn dày ½ inch
- 2 muỗng canh mùi tây lá phẳng xắt nhỏ, cộng với nhiều hơn để phục vụ
- Gạo trắng hạt dài nấu chín, để phục vụ

HƯỚNG DẪN:

a) Cho đậu vào thau lớn, ngập nước, ngâm qua đêm, vớt ra để ráo.
b) Trong một cái chảo lớn, đun nóng dầu và xào hành tây, phần trắng của hành lá, ớt chuông, cần tây và tỏi.
c) Trong một cái chảo lớn, làm nâu xúc xích. Để qua một bên.
d) Cho đậu, nước, lá nguyệt quế, cỏ xạ hương, gia vị Creole và giăm bông vào nồi rồi đun sôi. Giảm nhiệt, đậy nắp và đun nhỏ lửa trong 2 giờ, thỉnh thoảng khuấy, thêm xúc xích 30 phút trước khi nấu xong.
e) Vớt lá nguyệt quế ra, cho rau mùi tây vào, cho ra bát ăn với cơm. Rắc thêm mùi tây vào bát nếu muốn.

21. Đậu ăn liền & Gumbo nấm

Làm cho: 4

THÀNH PHẦN:

- 3 tép tỏi, băm nhỏ
- 1 chén nấm, thái lát
- 1 chén đậu thận, ngâm qua đêm
- 1 quả ớt chuông, xắt nhỏ
- 2 muỗng canh nước sốt tamari
- 2 zucchini vừa, thái lát
- 2 chén nước dùng rau

HƯỚNG DẪN:

a) Thêm tất cả các thành phần vào nồi liền và khuấy đều.

b) Đậy nắp nồi và nấu ở nhiệt độ cao trong 8 phút,

c) Để áp suất xả tự nhiên trong 10 phút rồi xả bằng phương pháp xả nhanh.

d) Khuấy đều và phục vụ.

22. Gumbo Z'Herbes

Làm cho 6 phần ăn

- 1/4 chén dầu ô liu
- 1 củ hành vừa, xắt nhỏ
- 1 quả ớt chuông xanh vừa, xắt nhỏ
- 1 xương sườn cần tây, xắt nhỏ
- 3 tép tỏi, băm nhỏ
- 1/4 chén bột mì đa dụng
- 1 (14,5-ounce) lon cà chua thái hạt lựu, để ráo nước
- 1 muỗng cà phê kinh giới khô
- 1/4 muỗng cà phê cayenne xay
- 7 chén nước luộc rau
- 4 chén rau bina tươi xắt nhỏ
- 4 chén cải xoăn xắt nhỏ
- 2 bó cải xoong vừa, bỏ cọng cứng, thái nhỏ
- 1 bó rau diếp xoăn vừa
- Muối và hạt tiêu đen mới xay
- 11/2 chén nấu chín hoặc 1 lon (15,5 ounce) đậu đỏ sẫm, để ráo nước và rửa sạch
- 1 muỗng cà phê nước sốt Tabasco, hoặc nếm thử
- 1/2 muỗng cà phê bột gumbo filé (tùy chọn)
- 3 chén gạo trắng hạt dài nấu nóng

a) Trong một nồi súp lớn, đun nóng dầu trên lửa vừa. Thêm hành tây, ớt chuông, cần tây và tỏi. Đậy nắp và nấu cho đến khi mềm, khoảng 10 phút.

b) Khuấy bột và nấu, khuấy liên tục, cho đến khi bột chuyển sang màu nâu, khoảng 10 phút. Khuấy cà chua, kinh giới, cayenne và nước dùng và đun sôi.

c) Thêm rau bina, cải xoăn, cải xoong và rau diếp xoăn. Giảm nhiệt xuống thấp, nêm muối và hạt tiêu đen cho vừa ăn, đun nhỏ lửa, thỉnh thoảng khuấy cho đến khi rau mềm, khoảng 20 phút.

d) Thêm đậu, rau mùi tây và Tabasco và nấu thêm 10 phút nữa.

e) Cho bột filé vào khuấy đều nếu muốn và bắc ra khỏi bếp.

f) Múc 1/2 chén cơm vào mỗi bát súp nông, múc kẹo cao su lên trên cơm và phục vụ.

23. ớt hạt hỗn hợp

Làm cho: 12

THÀNH PHẦN:

- 2 muỗng canh dầu ô liu
- 2 củ hẹ, xắt nhỏ
- 1 củ hành vàng lớn, thái hạt lựu
- 1 muỗng canh gừng tươi, bào mịn
- 8 tép tỏi, đập dập
- 1 muỗng cà phê thì là
- 3 muỗng canh bột ớt đỏ
- Muối
- Tiêu đen
- Cà chua nghiền hộp 28 ounce
- 1 hạt tiêu chipotle đóng hộp, xắt nhỏ
- 1 hạt tiêu Serrano, bỏ hạt và thái nhỏ
- 3 củ hành lá xắt nhỏ
- ⅔ cốc bulgur
- ⅔ chén lúa mạch ngọc trai
- 2¼ chén đậu lăng hỗn hợp, rửa sạch
- 1½ chén đậu xanh đóng hộp

HƯỚNG DẪN:

a) Đun nóng dầu trong chảo trên lửa lớn và nấu hẹ tây và hành tây trong 4-5 phút.
b) Xào trong 1 phút với gừng, tỏi, thì là và bột ớt.
c) Kết hợp với cà chua, ớt và nước dùng.
d) Đun sôi các nguyên liệu, trừ hành lá.
e) Giảm nhiệt độ thấp và nấu trong 35 đến 45 phút hoặc cho đến khi đạt được độ dày mong muốn.
f) Ăn nóng và rắc hành lá.

24. Đậu đỏ và ớt Bulgur

Làm cho 4 phần ăn

- 2 muỗng canh dầu ô liu
- 1 củ hành đỏ vừa, xắt nhỏ
- 1 quả ớt chuông đỏ vừa, xắt nhỏ
- 3 tép tỏi, băm nhỏ
- 2 thìa ớt bột
- 1/2 muỗng cà phê oregano khô
- 1 (14,5-ounce) lon cà chua thái hạt lựu, để ráo nước
- 2 chén salsa cà chua
- 3 cốc nấu chín hoặc 2 lon (15,5 ounce) đậu đỏ sẫm, rửa sạch và để ráo nước
- 1 ly nước
- 1 chén bánh phồng
- 1 (4-ounce) lon ớt xanh thái nhỏ, để ráo nước

Trong một cái chảo lớn, đun nóng dầu trên lửa vừa. Thêm hành tây và ớt chuông, đậy nắp và nấu cho đến khi mềm, khoảng 7 phút.

Khuấy tỏi, bột ớt và lá oregano, nấu không đậy nắp cho đến khi có mùi thơm trong 1 phút. Thêm cà chua, salsa, đậu, nước, bulgur, ớt và muối.

Đậy nắp và đun nhỏ lửa, thỉnh thoảng khuấy, cho đến khi bulgur mềm và ớt dày và có hương vị, khoảng 45 phút. Phục vụ ngay lập tức.

25. Đậu trắng, gà tây và xúc xích ớt

Năng suất: 6 phần ăn

Thành phần

- 1 (1 ounce) gói liên kết xúc xích Ý nóng
- 1 muỗng canh dầu ô liu
- 2 miếng cốt lết gà tây, cắt miếng vừa ăn
- 1 muỗng canh thì là
- 1 ½ muỗng cà phê bột tỏi
- 1 nhúm muối và tiêu đen xay để nếm
- 2 củ hành tây, xắt nhỏ
- 8 tép tỏi
- 4 (15 ounce) lon đậu thận trắng (cannellini), rửa sạch và để ráo nước
- 3 (10,75 ounce) lon nước dùng gà ít natri
- 1 muỗng canh thì là
- 1 ½ muỗng cà phê bột tỏi
- 2 quả ớt jalapeno, xắt nhỏ
- 2 quả ớt jalapeno nguyên quả

Hướng

a) Làm nóng lò ở 350 độ F (175 độ C).

b) Bọc xúc xích trong giấy bạc, đặt chúng lên khay nướng và nướng trong 30 phút.

c) Đun nóng dầu ô liu trong chảo gang lớn trên lửa vừa và cao. Nấu và khuấy gà tây trong dầu nóng cho đến khi chín đều, khoảng 5 phút.

d) Nêm gà tây với 1 muỗng canh thì là, 1 1/2 muỗng cà phê bột tỏi, muối và hạt tiêu đen. Thêm hành và tỏi vào gà tây; tiếp tục nấu và khuấy cho đến khi hành mềm, 5 đến 7 phút.

e) Đổ đậu trắng và nước luộc gà vào. Nêm 1 muỗng canh thì là và 1 1/2 muỗng cà phê bột tỏi. Đun trên lửa vừa, thỉnh thoảng khuấy, trong 30 phút.

f) Trộn ớt jalapeno xắt nhỏ và toàn bộ ớt jalapeno nếu muốn.

g) Lấy xúc xích ra khỏi lò và cắt thành miếng vừa ăn. Khuấy xúc xích vào ớt.

h) Nấu ớt cho đến khi toàn bộ ớt jalapeno mềm và ớt dày, khoảng 15 phút nữa.

26. canh đậu đen

Thực hiện: 8 phần ăn

THÀNH PHẦN:

- 4 tép tỏi, băm nhỏ
- 8 ounces đậu đen, rửa sạch và ngâm qua đêm
- 7 cốc nước dùng gà ít natri hoặc nước
- ½ cốc bia phẳng
- ¾ cốc rượu rum đen
- 2 củ hành tây, thái hạt lựu
- 2 muỗng canh bơ hoặc bơ thực vật
- 1 chén cần tây, thái nhỏ
- 1 quả ớt chuông xanh, bỏ hạt và thái hạt lựu
- 1 quả ớt chuông đỏ, bỏ hạt và thái hạt lựu
- 2 quả ớt, bỏ hạt và băm nhỏ
- 2 củ cà rốt, gọt vỏ và thái hạt lựu
- ½ chén cà chua nghiền đóng hộp
- 1½ muỗng canh thì là
- 1 muỗng cà phê nước sốt nóng đỏ
- ½ muỗng canh bột ớt
- ½ muỗng cà phê tiêu đen mới xay
- ½ muỗng cà phê muối
- ¼ muỗng cà phê ớt cayenne
- 1 muỗng canh rau mùi tươi, băm nhỏ

HƯỚNG DẪN

a) Để ráo đậu đen và kết hợp chúng với nước dùng, bia, rượu rum, tỏi và một nửa số hành tây trong nồi.
b) Nấu, thỉnh thoảng khuấy, trong 1 tiếng rưỡi ở nhiệt độ thấp.
c) Thêm tối đa 2 cốc nước sôi và đun nhỏ lửa trong 15 phút.
d) Trong một bộ xử lý thực phẩm, xay nhuyễn hỗn hợp đậu.
e) Đun chảy bơ trong một cái chảo khác. Thêm hành tây còn lại, cùng với cần tây, ớt và cà rốt.
f) Xào rau từ 5 đến 7 phút hoặc cho đến khi mềm nhưng không bị nhũn.
g) Thêm rau xào, cà chua nghiền, hỗn hợp xay nhuyễn và gia vị vào nồi.
h) Thỉnh thoảng khuấy, đun nhỏ lửa và nấu trong khoảng 15 phút.
i) Phục vụ ngay với một ít kem chua hoặc sữa chua.

27. súp đậu đỏ

Thực hiện: 8 phần ăn

THÀNH PHẦN

- 1 củ hành tây, xắt nhỏ
- 2 cọng cần tây, xắt nhỏ
- 6 ớt Serrano hoặc Jalapeno, xắt nhỏ
- 2 chén đậu thận khô
- ¼ cân thịt lợn muối
- 1½ lít nước
- Muối và hạt tiêu cho vừa ăn

HƯỚNG DẪN

a) Kết hợp các thành phần trong nồi nấu chậm.
b) Đun sôi, sau đó giảm nhiệt và đun nhỏ lửa trong ba giờ.
c) Trộn cho đến khi mịn và sau đó lọc.
d) Dọn món súp ra khỏi bếp.

28. Ớt Quinoa ăn liền

Làm cho: 5

THÀNH PHẦN:

- 1/2 chén quinoa chưa nấu chín
- 1 thìa ớt bột
- 1 củ hành vừa, thái hạt lựu
- 1 hạt tiêu chipotle trong nước sốt adobo, thái nhỏ
- 1 quả jalapeno, bỏ hạt, thái hạt lựu
- 14oz đậu thận, để ráo nước và rửa sạch
- 3 tép tỏi, băm nhỏ
- 2 muỗng canh tương cà chua
- 2 ớt chuông, thái hạt lựu
- 28oz cà chua, thái hạt lựu
- 1 muỗng cà phê oregano
- 1/2 muỗng cà phê ớt bột
- 1 muỗng cà phê thì là
- 1 chén nước luộc rau
- Muối và hạt tiêu cho vừa ăn

HƯỚNG DẪN:

a) Bắt đầu xếp các nguyên liệu vào nồi ăn liền cùng với hành, ớt, gia vị tỏi và các thành phần khác. Không cần phải trộn nó lên.
b) Đậy nắp nồi liền và đảm bảo rằng van được đặt ở chế độ "Seal".
c) Nhấn "Nấu áp suất" và đặt hẹn giờ trong ít nhất 5 phút. Khi bộ hẹn giờ tắt, hãy để áp suất xả tự nhiên trong khoảng 10 phút. Sau đó, nếu van phao vẫn chưa hạ xuống, hãy cẩn thận xoay van sang chế độ nhả nhanh để xả áp suất ra khỏi nồi liền.
d) Sau khi van phao hạ xuống, bạn có thể cẩn thận tháo nắp.
e) Nêm muối, hạt tiêu và dùng ngay. Rắc ngò tươi lên trên, kem chua làm từ thực vật và hành lá.

29. Mì ramen ớt

Làm cho:4

THÀNH PHẦN:

- 3 gói mì ramen
- 2 (15 ounces) lon ớt với đậu
- 1 (15 ounce) lon cà chua thái hạt lựu
- 4-8 ounce phô mai vụn

HƯỚNG DẪN:

a) Đổ 6 C. nước vào chảo nướng 3 lít. Đậy nắp lại và cho vào lò vi sóng hâm nóng từ 3 đến 4 phút.
b) Sử dụng một cái chảo cán để hơi nghiền ramen. Khuấy mì vào nước nóng trong soong.
c) Đậy nắp và cho vào lò vi sóng nấu trong 2 phút. Khuấy mì và nấu thêm 2 phút.
d) Đổ bỏ phần nước thừa ra khỏi soong để lại mì trong đó.
e) Thêm cà chua với ớt và khuấy đều.
f) Nấu chúng trong lò vi sóng ở nhiệt độ cao thêm 5 phút. Cho phô mai vụn lên trên soong ramen.
g) Đậy nắp và để yên trong vài phút cho đến khi phô mai tan chảy.
h) Phục vụ soong của bạn ấm áp.
i) Thưởng thức.

30. ớt lửa trại

THÀNH PHẦN:

- 1 pound thịt bò xay
- 1 lon đậu tây lớn
- 1 lon cà chua thái hạt lựu
- 1 lon cà chua xay nhuyễn
- hành và ớt xanh nếu muốn
- 1 phong bì hỗn hợp gia vị ớt
- 1 hộp hỗn hợp muffin ngô Jiffy

HƯỚNG DẪN:

a) Khi các khúc gỗ cháy đỏ rực, hãy sắp xếp chúng thành một vòng xung quanh một khoảng trống có kích thước bằng chiếc nồi của bạn.

b) Đặt một chiếc nồi gang trong không gian và thêm thịt bò xay, hành tây và ớt. Nấu và khuấy cho đến khi thịt bò xay chín vàng.

c) Thêm cà chua, cà chua xay nhuyễn và hỗn hợp gia vị. Đặt nắp trên nồi nấu và để nhiệt qua.

d) Trong khi làm nóng, chuẩn bị hỗn hợp bánh muffin theo hướng dẫn trên bao bì.

e) Khi ớt còn nóng, phết hỗn hợp bánh muffin đã chuẩn bị lên trên ớt.

f) Đậy nắp lại nồi. Đặt than đỏ lên trên nắp và nấu cho đến khi lớp phủ bánh mì ngô chín. Quá trình này sẽ mất bao lâu tùy thuộc vào độ nóng của than. Nó có thể chỉ là 15-20 phút; hoặc có thể lâu hơn.

g) Lấy nồi ra khỏi lửa và phục vụ.

31. Bánh Bắp Ớt

Thực hiện: 6–8 phần ăn

THÀNH PHẦN:

- 1 củ hành vừa, xắt nhỏ
- 1 muỗng canh bơ hoặc bơ thực vật
- 2 lon (15 ounce mỗi lon) ớt với thịt và đậu
- 1 lon (11 ounce) ngô kiểu Mexico, để ráo nước
- 1 chén phô mai cheddar nạo
- 1 gói hỗn hợp bánh mì ngô (kích thước chảo 8x8 inch)

HƯỚNG DẪN:

a) Làm nóng lò ở 425 độ.

b) Trong chảo, xào hành tây trong bơ cho đến khi hành mềm. Cho ớt và ngô vào xào cùng. Trải hỗn hợp ớt vào chảo 9x13 inch đã bôi mỡ. Rắc phô mai lên trên.

c) Trong một cái bát, trộn hỗn hợp bánh mì ngô theo hướng dẫn trên bao bì. Đổ bột đều lên hỗn hợp ớt.

d) Nướng 25 phút, hoặc cho đến khi bánh mì ngô có màu nâu vàng và đặt ở giữa.

32. soong Enchilada

Làm cho: 6 phần ăn

THÀNH PHẦN:

- 1 pound thịt bò xay, nâu và ráo nước
- 1 lon (15 ounces) ớt, bất kỳ loại nào
- 1 lon (8 ounce) nước sốt cà chua
- 1 lon (10 ounce) nước sốt enchilada
- 1 túi (10 ounce) khoai tây chiên Fritos, chia nhỏ
- 1 cốc kem chua
- 1 chén phô mai cheddar nạo

HƯỚNG DẪN:

a) Làm nóng lò trước ở 350 độ.

b) Trong một bát lớn, kết hợp thịt bò nấu chín, ớt, nước sốt cà chua và nước sốt enchilada. Khuấy 2/3 số chip. Phết hỗn hợp vào đĩa nướng 2 lít đã bôi mỡ.

c) Nướng, không đậy nắp, 24–28 phút hoặc cho đến khi nóng qua.

d) Phết kem chua lên trên. Rắc phô mai lên trên kem chua. Nghiền vụn còn lại và rắc lên trên.

e) Nướng thêm 5–8 phút nữa hoặc cho đến khi phô mai tan chảy.

33. Thịt lợn ớt trong Crockpot

Làm cho: 8

THÀNH PHẦN

- 1 muỗng cà phê đường
- Thì là, 1 muỗng cà phê
- 2 muỗng cà phê oregano
- Muối, 1 muỗng cà phê
- 3 pound thịt lợn không xương, hình khối
- 3 muỗng cà phê bột cà chua
- 2 củ hành tây, xắt nhỏ
- Tỏi băm nhỏ, 2 tép
- 2 muỗng canh dầu salad
- Kem đánh bông, ½ chén
- Nước, 1 cốc

PHỤC VỤ

- khoai tây chiên
- Trái bơ
- Kem chua

HƯỚNG DẪN:

a) Nướng thịt lợn trong Crockpot với dầu.
b) Thêm hành tây, tỏi, bột ớt, thì là và oregano.
c) Thêm thịt lợn trở lại chảo cùng với nước, đường, muối và bột cà chua.
d) Thêm kem và nấu ở nhiệt độ thấp trong 1 giờ.

34. Súp giảm béo gà và đậu

Làm cho: 8

THÀNH PHẦN:

- 200 g ức gà
- Muối
- 1 củ hành tây xắt nhỏ
- 1 muỗng cà phê dầu ô liu
- 2 tép tỏi, băm nhỏ
- 2 chén cà chua bi xắt nhỏ
- 2 củ cà rốt xắt nhỏ
- 1 quả ớt xanh xắt nhỏ
- 1 quả ớt băm nhỏ
- 1 thìa ớt bột
- 1 ½ muỗng cà phê thì là
- 1 muỗng cà phê nghệ
- 1 muỗng cà phê ớt bột
- ¼ muỗng cà phê oregano khô
- 4 chén nước dùng gà ít natri
- 2 chén ngô
- 500 g đậu đen rửa sạch để ráo nước
- 1 chén rau mùi tươi
- 1 chén phô mai

HƯỚNG DẪN:

a) Nấu ức gà trong chảo chứa đầy nước trên lửa vừa và cao trong 10 đến 15 phút; Xóa sạch nó.

b) Đổ dầu ô liu vào một cái chảo lớn và đun nóng trên lửa vừa.

c) Thêm hành tây và tỏi trong khoảng 5 đến 8 phút hoặc cho đến khi hành tây trong mờ.

d) Cho cà chua, cà rốt, ớt và đánh đều vào máy xay sinh tố hoặc máy xay thực phẩm.

e) Cho gia vị và 1 thìa cà phê vào chảo của bước 3. Thêm thịt gà xé, hỗn hợp ở bước 4, bắp, đậu và 2/4 chén hành ngò vào. Nếu bạn thấy súp quá đặc, hãy cho nước vào.

f) Nấu với chảo được đậy kín một phần trong 30 phút đến một giờ, cho đến khi ngô vẫn mềm.

g) Phục vụ súp trang trí với pho mát và phần còn lại của rau mùi.

35. Posole thịt lợn

Làm cho: 10

THÀNH PHẦN:

- 3 pound nạc vai heo không xương, tỉa và cắt thành miếng 1½-inch
- 1 muỗng canh thì là
- 1 muỗng cà phê muối kosher
- 15-ounce lon hominy trắng, để ráo nước và rửa sạch
- 1 muỗng cà phê tiêu đen
- 1 muỗng canh dầu hạt cải
- 1½ chén ớt poblano xắt nhỏ
- 1½ chén hành vàng xắt nhỏ
- 4 chén nước dùng gà không ướp muối
- Củ năng thái lát mỏng
- Hộp đậu pinto không thêm muối 15 ounce, để ráo nước và rửa sạch
- 1 chén salsa Verde
- hành lá thái mỏng
- Lá oregano tươi

HƯỚNG DẪN:

36. Rắc đều thịt lợn với thì là, muối và hạt tiêu đen. Đun nóng dầu trong chảo trên lửa vừa phải. Thêm một nửa số thịt lợn vào chảo; nấu, thỉnh thoảng khuấy, cho đến khi vàng nâu, khoảng 4 phút. Chuyển sang Crockpot. Lặp lại quy trình với thịt lợn còn lại.
37. Thêm ớt poblano và hành tây, và caramen nhẹ, khoảng 5 phút.
38. Thêm ½ chén nước dùng vào chảo và khuấy để loại bỏ các phần màu nâu ở đáy chảo; chuyển đến Crockpot.
39. Thêm salsa Verde, hominy, đậu pinto và 3½ cốc nước dùng còn lại.
40. Nấu chậm cho đến khi thịt lợn mềm, khoảng 7 tiếng rưỡi.
41. Nghiền một ít đậu và hominy bằng máy nghiền khoai tây.
42. Phục vụ súp với củ cải thái lát, hành lá và lá oregano.

36. Soong ớt Mozzarella

Làm cho: 4

THÀNH PHẦN:

- 16 ounce thịt bò xay siêu nạc
- 28 ounce nước sốt spaghetti
- mì ống rotini 16 ounce
- 16 ounce phô mai mozzarella cắt nhỏ

HƯỚNG DẪN:

a) Nấu mì ống trong nước sôi trong 10 phút hoặc cho đến khi mì mềm nhưng chắc vừa ăn.
b) Làm nóng lò ở 350 F
c) Xịt một món thịt hầm bằng bình xịt nấu ăn và đặt sang một bên.
d) Nấu thịt bò trong chảo lớn trên lửa vừa cho đến khi chín vàng đều và vụn. Xả mỡ thừa ra khỏi chảo.
e) Cho nước sốt spaghetti và mì ống vào thịt bò trong chảo.
f) Trong đĩa thịt hầm đã chuẩn bị, sắp xếp một lớp thịt theo sau là một lớp phô mai và lặp lại cho đến khi hết nguyên liệu.
g) Nướng trong 25 phút hoặc cho đến khi phô mai tan chảy và sủi bọt.

37. Thịt heo và ớt

Làm cho: 4

THÀNH PHẦN:

- 1 củ hành tím, xắt nhỏ
- 2 cân thịt lợn xay
- 4 tép tỏi, băm nhỏ
- 2 quả ớt chuông đỏ, xắt nhỏ
- 1 cọng cần tây, xắt nhỏ
- 25 ounce cà chua tươi, bóc vỏ, nghiền nát
- ¼ chén ớt xanh, xắt nhỏ
- 2 muỗng canh oregano tươi, xắt nhỏ
- 2 thìa ớt bột
- nhúm muối và hạt tiêu đen
- Một giọt dầu ô liu

HƯỚNG DẪN:

a) Làm nóng chảo với dầu trên lửa vừa cao và thêm hành tây, tỏi và thịt. Trộn và nâu trong 5 phút rồi chuyển sang nồi nấu chậm của bạn.

b) Thêm phần còn lại của các thành phần, quăng, đậy nắp và nấu ở nhiệt độ thấp trong 8 giờ.

c) Chia mọi thứ vào bát và phục vụ.

38. Súp taco gà Crockpot

Làm cho: 6

THÀNH PHẦN:

- 2 ức gà rút xương đông lạnh
- 2 hộp đậu trắng hoặc đậu đen
- 1 hộp cà chua thái hạt lựu
- ½ gói gia vị taco
- ½ muỗng cà phê muối tỏi
- 1 chén nước luộc gà
- Muối và hạt tiêu cho vừa ăn
- Tortilla chip, kem chua phô mai và rau mùi như toppings

HƯỚNG DẪN:

g) Đặt gà đông lạnh của bạn vào nồi sành và đặt các thành phần khác vào bể.

h) Để nấu trong khoảng 6-8 giờ.

i) Sau khi nấu chín, lấy thịt gà ra và xé nhỏ theo kích cỡ bạn muốn.

j) Cuối cùng, đặt thịt gà xé vào crockpot và đặt nó trên nồi nấu chậm. Khuấy và cho phép nấu ăn.

k) Bạn có thể cho thêm củ đậu và cà chua cũng giúp miếng thịt căng và ngon hơn.

39. Đậu Chii với Rêu biển

Làm cho: 4

THÀNH PHẦN:

- 1 củ hành tây
- 3 tép tỏi
- 1 lon cà chua xắt nhỏ
- 2 muỗng canh cà chua xay nhuyễn
- 1 chén đậu đỏ
- ½ chén đậu bơ
- ½ chén đậu Pinto
- 1 chén ớt vàng / xanh
- 2 ounce gel Rêu biển
- 1 quả ớt tươi
- 2 muỗng canh Amino lỏng
- ½ muỗng cà phê thì là
- ½ muỗng cà phê rau mùi xay
- ½ viên rau củ không men
- Muối Himalayan & tiêu đen xay

HƯỚNG DẪN:

a) Rửa sạch đậu (để ráo nước) và các loại rau với nước lọc, sau đó băm nhỏ hành và ớt.
b) Đun nóng 50ml nước kiềm trong nồi, cho rong biển, hành, tỏi, ớt vào xào cho chín mềm.
c) Thêm vào đậu, muối và hạt tiêu. Nấu trong 5 phút.
d) Thêm cà chua xắt nhỏ, xay nhuyễn, ớt, thìa là, rau mùi và Aminos và nghiền nát trong khối nước dùng.
e) Khuấy đều và đậy nắp, để lửa nhỏ nấu trong 20 phút.
f) Nếm thử nó và thêm gia vị như mong muốn.
g) Ăn với cơm gạo lứt.

40. Ớt gà trong nước cốt dừa

THÀNH PHẦN:

- 1 pound thịt gà không xương và không da, thái khối
- 1 muỗng canh ớt đỏ sambal
- 3 muỗng canh ghee
- ½ muỗng cà phê hạt mù tạt
- 8 lá cà ri tươi
- 2 muỗng cà phê gừng-tỏi dán
- 2 quả cà chua nhỏ, xắt nhỏ
- ½ muỗng cà phê bột nghệ
- Muối ăn, để nếm
- Nước, khi cần thiết
- Nước cốt dừa, để trang trí

HƯỚNG DẪN:

41. Trong một cái bát, kết hợp thịt gà và sambal. Đặt sang một bên trong 15 phút.
42. Đun nóng ghee trong chảo cỡ vừa. Thêm hạt mù tạt; khi chúng bắt đầu sủi bọt, thêm lá cà ri, bột gừng và cà chua.
43. Xào khoảng 8 phút rồi cho nghệ và muối vào khuấy đều. Thêm khoảng 1 cốc nước và nấu, không đậy nắp, trong 10 phút.
44. Thêm gà (cùng với tất cả ớt đỏ) và nấu trên lửa vừa cho đến khi gà chín, khoảng 5 phút.
45. Trang trí với nước cốt dừa và dùng nóng.

41. One-Pot Thổ Nhĩ Kỳ Chili Mac

THÀNH PHẦN:

- 1 muỗng canh dầu dừa
- 1 pound gà tây xay
- ½ thìa cà phê muối kosher
- ¼ chén hành tây, thái hạt lựu
- 2 cọng cần tây, thái hạt lựu
- ½ chén ớt chuông, thái hạt lựu
- 4 chén Nước hầm xương gà (2 hộp)
- 1 (16-oz) lọ salsa đặc và dày vừa phải
- 1 (15-16 oz) lon đậu đỏ giảm natri, để ráo nước
- 1 (1,25-oz) gói hỗn hợp gia vị ớt
- 8 ounce mì ống khuỷu tay
- 2 ounce phô mai cheddar, thái hạt lựu
- 1 (8-oz) lon nước sốt cà chua không thêm muối
- Lá mùi tây để trang trí

HƯỚNG DẪN:

d) Đun nóng dầu trong một cái chảo lớn ở nhiệt độ trung bình cao. Đặt gà tây xay vào chảo và nêm muối. Nấu 3-4 phút, dùng thìa để nghiền nát thịt.

e) Cho hành tây, cần tây và ớt chuông vào xào thêm 2 phút nữa cho đến khi gà tây chín. Thêm nước dùng, salsa, đậu và hỗn hợp gia vị. Đun sôi.

f) Khuấy mì ống; nấu trong 8 phút, thỉnh thoảng khuấy. Trong khi đó, cắt phô mai thành khối nhỏ. Khuấy nước sốt cà chua và nấu thêm 1 phút nữa. Phục vụ ớt với pho mát và rau mùi tây.

42. Pasta một nồi e Fagioli

THÀNH PHẦN:

- 1 muỗng canh dầu ô liu siêu nguyên chất
- 1 pound thịt bò nạc xay
- muối để hương vị
- 1 muỗng cà phê oregano khô
- 1 củ hành vừa, thái hạt lựu
- 1 chén cà rốt, thái hạt lựu
- 2 cọng cần tây, thái lát
- 1 quả cà chua lớn, thái hạt lựu
- 1 (15-ounce) lon đậu đỏ, rửa sạch và để ráo nước
- 2 chén nước hầm xương bò
- 2 chén nước sốt spaghetti
- 8 ounce vỏ mì ống
- 1-2 muỗng cà phê nước sốt nóng, tùy chọn
- ¼ chén mùi tây tươi xắt nhỏ
- Hạt tiêu vừa mới nghiền
- ½ chén phô mai parmesan bào nhỏ hoặc mới bào

HƯỚNG DẪN:

- Trong một cái nồi lớn, đun nóng dầu ô liu trên lửa vừa. Thêm thịt bò xay và chia nó bằng thìa. Nấu cho đến khi thịt bò bắt đầu chuyển sang màu nâu. Trong khi đó, nêm muối và oregano.
- Thêm hành tây, cà rốt, cần tây và cà chua vào nồi. Trộn đều và nấu trong khoảng 10 phút, thỉnh thoảng khuấy.
- Thêm đậu, nước dùng thịt bò, sốt spaghetti, tiếp theo là vỏ mì ống; rưới nước sốt nóng vào nồi nếu dùng; khuấy và trộn đều. Đun sôi rồi đun nhỏ lửa trong 15-20 phút ở nhiệt độ trung bình thấp hoặc cho đến khi mì ống mềm.
- Thêm hạt tiêu đen mới xay để nếm và khuấy trong rau mùi tây, sau đó rắc phô mai parmesan lên trên. Món ăn, trang trí với rau mùi tây hoặc pho mát. Thưởng thức!

43. Súp mì thịt bò Tứ Xuyên

THÀNH PHẦN:

- 1 pound thịt bò hầm
- ¼ chén tương ớt cay
- 4 lạng cải xoong
- 2 muỗng canh đường nâu
- 12-15 cái nấm đông cô
- 5 muỗng canh dầu ô liu, chia
- 4 quả trứng, luộc mềm
- 3 hoa hồi
- 8 ounce mì Trung Quốc, hoặc ramen, hoặc udon
- 2 muỗng cà phê bột ngũ vị hương
- 1 inch gừng, thái lát
- 2 muỗng canh nước tương
- 4 tép tỏi, đập dập và thái lát mỏng
- 1 nhánh hành lá, xắt nhỏ để trang trí
- 5 chén nước hầm xương bò
- dầu mè
- 1 muỗng canh rượu vang đỏ
- Muối và tiêu

HƯỚNG DẪN:

a) Cho thịt bò hầm vào tô vừa; thêm rượu vang đỏ và một chút muối và hạt tiêu; khuấy đều.

b) Trong một cái chảo lớn, đun nóng 2 muỗng canh dầu ô liu trên lửa vừa và cao; thêm thịt bò đã ướp gia vị vào, đảo đều cho đến khi mặt ngoài của thịt bò bắt đầu chuyển sang màu nâu (khoảng 5 phút).

c) Thêm 5 chén nước hầm xương bò vào nồi. Chuyển nhiệt độ cao và đun sôi, sau đó đun nhỏ lửa.

d) Trong khi thịt đang sôi, làm nóng 3 muỗng canh dầu ô liu trên lửa vừa và cao trong chảo nhỏ (khoảng 2 phút).

e) Thêm đường và chiên cho đến khi nó bắt đầu chuyển sang màu nâu; bây giờ thêm hoa hồi, ngũ vị hương, gừng và tỏi; khuấy khoảng 10 giây; nhanh chóng thêm tương ớt. Khuấy đều và nấu ở nhiệt độ thấp trong khoảng 1 phút.

f) Chuyển hỗn hợp tương ớt vào một cái chảo lớn; thêm nước tương, sau đó đun nhỏ lửa trong 25 phút.
g) Trong lúc đó, luộc trứng. (Đun sôi 4 cốc nước trong nồi nhỏ, nhẹ nhàng cho trứng vào và đun trong 4 phút rưỡi đối với trứng luộc mềm hoặc 5 phút đối với trứng luộc kỹ. Vớt trứng ra và ngâm trong nước lạnh 5 phút trước khi bóc.)
h) Sau 25 phút đun nhỏ lửa, thêm mì và nấm vào nồi; đun sôi. Khi nước dùng phở bò sôi thì cho cải xoong vào, sau đó tắt bếp ngay. Khuấy cho đến khi rau bắt đầu héo.
i) Khi ăn, chia đều nước dùng phở thành 4 bát; mưa phùn với dầu mè. Đặt một quả trứng luộc mềm vào mỗi bát; rắc hành lá xắt nhỏ. Thưởng thức!

44. Súp gà-rau Ca-ri-bê

THÀNH PHẦN:

- 1 chén hành tây xắt nhỏ
- ½ chén cần tây xắt nhỏ
- ½ chén ớt chuông đỏ và xanh, thái hạt lựu
- ½ muỗng cà phê cỏ xạ hương khô
- 1 ly nước
- 2 Lá nguyệt quế
- 1 muỗng cà phê ớt bột
- ½ muỗng cà phê bột cà ri
- ¼ thìa cà phê hạt tiêu xay
- 4½ cốc nước dùng gà ít natri, đã khử chất béo
- ⅛ muỗng cà phê tiêu đen mới xay
- 1¼ pound Nửa ức gà không da, có xương
- ¼ chén gạo trắng, đong khô
- 14½ ounce Đậu đen, nấu chín, rửa sạch và để ráo nước

HƯỚNG DẪN:

a) Kết hợp dầu, cần tây, ớt đỏ hoặc xanh và hành tây trong một cái nồi lớn.
b) Nấu rau trong 5 phút trong khi khuấy thường xuyên ở nhiệt độ cao.
c) Thêm nước, lá nguyệt quế, bột ớt, bột cà ri, cỏ xạ hương, hạt tiêu và hạt tiêu đen trong khi khuấy trong nước dùng.
d) Đun sôi sau khi thêm thịt gà.
e) Đun nhỏ lửa trong 25 phút hoặc cho đến khi gà chín kỹ. Khuấy thường xuyên.
f) Khi gà đủ nguội để xử lý, đặt nó sang một bên.
g) Chặt gà thành miếng vừa ăn sau khi lọc bỏ xương.
h) Thêm đậu và gạo vào nồi.
i) Nấu trong 15 phút, hoặc cho đến khi gạo vừa mềm.
j) Cho thịt gà trở lại nồi, đun nhỏ lửa trong 5 phút.
k) Vứt bỏ lá nguyệt quế.
l) Phục vụ với sữa chua không béo và ớt đỏ xắt nhỏ.

45. Súp thịt nguội và đậu

THÀNH PHẦN:

- 1 chén Đậu nành đen khô, ngâm qua đêm và để ráo nước
- 1 chén hành tây, thái hạt lựu
- 1 chén cần tây, thái hạt lựu
- 4 tép tỏi, băm nhỏ
- 1 muỗng cà phê Oregano khô
- 1 muỗng cà phê muối
- 1 muỗng cà phê gia vị Cajun
- 1 muỗng cà phê khói lỏng
- 2 muỗng cà phê gia vị đa dụng
- 1 muỗng cà phê sốt nóng Louisiana
- 2 chân giò
- 2 chén Ham, thái hạt lựu
- 2 chén nước

HƯỚNG DẪN:

a) Cho tất cả nguyên liệu vào Instant Pot và khuấy đều.
b) Đặt và khóa nắp, đồng thời đặt thủ công thời gian nấu thành 30 phút ở áp suất cao.
c) Khi thực hiện xong, hãy để áp suất xả tự nhiên trong 10 phút rồi nhanh chóng nhả ra.
d) Lấy thịt ra khỏi xương và xé nhỏ tất cả thịt, loại bỏ xương.
e) Khuấy đều, dùng nóng.

46. Đậu và bông cải xanh ớt

Làm cho: 2

THÀNH PHẦN:

- 1 bó rau mồng tơi
- Muối Himalaya và hạt tiêu đen mới xay
- 2 muỗng canh nước ép cà chua
- 1 củ hành tây, xắt nhỏ
- 1 tép tỏi, nghiền nát
- 1 quả ớt đỏ, thái lát mỏng
- ½ muỗng cà phê thì là xay
- ½ muỗng cà phê rau mùi
- 1 đầu bông cải xanh, thái nhỏ
- 1 hộp cà chua xắt nhỏ
- Nêm vôi, để phục vụ
- ½ viên rau củ không men
- Dash Aminos lỏng
- 200g đậu đỏ lon, để ráo nước

HƯỚNG DẪN:

a) Đun nóng nước dùng và hấp hành và tỏi.

b) Thêm viên nước dùng, cà chua, bột cà chua, ớt, thìa là, rau mùi, sốt Aminos, muối và tiêu.

c) Đun nhỏ lửa trong khoảng 20 phút.

d) Kết hợp đậu thận và rau mùi tươi trong một bát trộn và nấu thêm 9 phút nữa.

e) Lên trên với bông cải xanh sống và rau bina.

47. Chilighetti

Thực hiện: 6–8 phần ăn

THÀNH PHẦN:

- 1 pound thịt bò xay, nâu và ráo nước
- 1 gói mì spaghetti (8 ounces), nấu chín và để ráo nước
- ½ chén hành tây xắt nhỏ
- 1 cốc kem chua
- 2 lon (8 ounce mỗi lon) nước sốt cà chua
- Nấm thái lát đóng hộp 4 ounce
- 2 lon (16 ounce mỗi lon) ớt, bất kỳ loại nào
- 1 tép tỏi, băm nhỏ
- 2 chén phô mai cheddar nạo

HƯỚNG DẪN:

a) Làm nóng lò trước ở 350 độ.

b) Trong một bát lớn, kết hợp tất cả các thành phần trừ phô mai.

c) Chuyển hỗn hợp vào chảo 9x13 inch đã bôi mỡ. Phủ phô mai lên trên.

d) Nướng 20 phút.

48. Bát Burrito ăn sáng với xoài và đậu

Phục vụ:4

THÀNH PHẦN

- 1 mẻ gạo xanh
- 1 (15 ounces) lon đậu đen, rửa sạch và để ráo nước
- 2 quả xoài chín vừa đến lớn, thái hạt lựu
- 1 quả bơ, thái hạt lựu hoặc thái lát
- 1 quả ớt chuông đỏ, thái hạt lựu
- 1 chén ngô, nướng, sống hoặc áp chảo
- ½ chén rau mùi thái hạt lựu
- ¼ chén hành tím thái hạt lựu
- 1 jalapeño, thái lát
- Băng tùy chọn:
- Xoài ngò Jalapeño
- ngò chanh
- Sốt hạt điều Jalapeño

HƯỚNG

a) Đầu tiên nấu cơm của bạn theo các hướng dẫn trong công thức. Trong khi nấu cơm, bạn có thể cắt nhỏ tất cả các loại rau và trái cây cho vào bát.

b) Khi bạn đã nấu xong, hãy chia cơm vào bốn bát, sau đó chia đều đậu đen, xoài, bơ, ớt chuông đỏ, ngô, rau mùi, hành tím và ớt jalapeño vào giữa các bát.

c) Ăn kèm với chanh.

49. Gạo hạt dài và đậu pinto

Phục vụ:4

THÀNH PHẦN

- 50ml/2fl oz dầu thực vật
- 1 củ hành tây, thái nhỏ
- 300ml/10½ oz. gạo hạt dài
- 400ml/14½ oz. Nước
- 400ml/14½ oz. sữa dừa
- 400g/14¼oz đậu pinto thiếc, rửa sạch và để ráo nước
- 3 muỗng canh húng tây tươi
- muối và hạt tiêu đen mới xay
- rau mùi tươi, để trang trí

HƯỚNG

a) Đun nóng dầu trong chảo và chiên hành tây cho đến khi trong mờ.
b) Cho gạo vào, khuấy đều rồi thêm nước và nước cốt dừa. Đun sôi.
c) Thêm đậu pinto và cỏ xạ hương, đun nhỏ lửa và đậy nắp trong khoảng 20 phút cho đến khi cơm chín. Ướp với muối và hạt tiêu đen mới xay.
d) Phục vụ trang trí với rau mùi.

50.Cơm hạt dài chiên trứng gà chanh

Khẩu phần: 2

THÀNH PHẦN

cho gà

2 ức gà không da

2 muỗng canh dầu mè

2 muỗng cà phê dầu thực vật

2 muỗng canh nước tương

2 tép tỏi, thái nhỏ

½ quả chanh, vỏ bào và nước cốt

muối và hạt tiêu đen mới xay

1 muỗng canh mật ong trong suốt

cho gạo

2 muỗng canh dầu lạc

2-3 muỗng cà phê dầu mè

2 quả trứng miễn phí, đánh nhẹ

giật gân nước tương

2 củ hành tây, thái nhỏ

50g/2oz đậu pinto, nấu chín

150g/5oz gạo hạt dài, nấu chín

muối và hạt tiêu đen mới xay

3-4 muỗng canh rau mùi xắt nhỏ

nêm vôi, để phục vụ

Hướng
Để bướm, đặt ức gà lên thớt và dùng dao sắc rạch 3/4 đường song song với thớt qua mỗi ức gà.
Mở từng ức gà ra để bạn có hai ức gà lớn và mỏng hơn.
Đặt chúng vào một cái bát với một muỗng canh dầu mè, dầu thực vật, nước tương, tỏi, vỏ chanh và nước trái cây.
Nêm muối và hạt tiêu đen mới xay và trộn đều. Trong một bát riêng, trộn mật ong với dầu mè còn lại.
Làm nóng chảo nướng trên lửa vừa và cao cho đến khi bốc khói, sau đó đặt gà lên vỉ nướng và nấu mỗi mặt trong 2-3 phút, phết một hoặc hai lần bằng hỗn hợp mật ong và vừng.
Khi nướng xong, gà nên được nướng than bên ngoài và chín hoàn toàn. Để yên trong 2-3 phút.
Trong khi đó, đối với cơm, đun nóng chảo trên lửa lớn rồi cho lạc và một thìa cà phê dầu mè vào. Khi dầu bắt đầu sủi bọt, cho trứng vào và nấu, khuấy liên tục trong 1-2 phút hoặc cho đến khi trứng chín.
Đẩy trứng sang một bên chảo và thêm một ít dầu mè, nước tương, hành lá và đậu pinto và nấu trong một phút sau đó thêm gạo và nêm muối và hạt tiêu đen mới xay.
Nấu, khuấy liên tục trong 3-4 phút hoặc cho đến khi ấm hoàn toàn.
Khuấy qua rau mùi.
Để phục vụ, múc cơm ra đĩa. Cắt thịt gà theo đường chéo thành những dải mỏng và đặt lên trên cơm. Trên cùng với một lát chanh.

51.Gạo hạt dài Hoppin' John

Khẩu phần: 4

THÀNH PHẦN
2 muỗng canh dầu thực vật
300g/10½oz thịt xông khói nấu chín và cắt nhỏ
1 quả ớt xanh, thái nhỏ
1 quả ớt đỏ, thái nhỏ
1 củ hành đỏ, thái nhỏ
3 que cần tây, thái nhỏ
4 tép tỏi, nghiền nát
1 muỗng cà phê ớt khô mảnh
2 lá nguyệt quế
1 lít/1¾ panh nước dùng gà hoặc rau
400g/14oz đậu pinto hộp thiếc, để ráo nước và rửa sạch
225g/8oz gạo hạt dài
2 muỗng canh Creole hoặc gia vị đa năng
muối và hạt tiêu đen mới xay
Phục vụ
một nắm lá mùi tây phẳng, thái nhỏ
bó hành lá, thái nhỏ

Hướng
Đun nóng dầu trong chảo lớn trên lửa vừa.
Thêm thịt xông khói vào chảo và chiên cho đến khi giòn. Lấy ra bằng thìa có rãnh và để ráo nước trên giấy ăn.
Thêm hành tây, ớt, cần tây, tỏi, ớt mảnh, lá nguyệt quế, gia vị Creole, muối và hạt tiêu vào chảo và xào trên lửa nhỏ đến trung bình cho đến khi mềm.
Đổ nước dùng vào và đun sôi.
Thêm gạo, đậu và thịt xông khói và khuấy đều. Đậy nắp và đun nhỏ lửa trong 20 phút hoặc cho đến khi gạo mềm và hầu hết chất lỏng đã được hấp thụ.
Chia giữa các bát phục vụ, rắc rau mùi tây và hành lá và phục vụ.

52.Gạo và đậu Pinto lấy cảm hứng từ Mexico

Khẩu phần: 8

THÀNH PHẦN
1 muỗng canh súp gà (giảm natri)
3 muỗng canh tương cà chua
1 muỗng cà phê hạt rau mùi
1 muỗng cà phê muối
½ muỗng cà phê bột tỏi
¼ muỗng cà phê tiêu
3½ cốc nước
2 chén gạo trắng hạt dài, rửa sạch bằng lưới lọc
1 quả ớt chuông đỏ, bỏ cuống, bỏ hạt và thái hạt lựu
¼ chén hành tím thái nhỏ
1 quả jalapeño, bỏ cuống, bỏ hạt và thái hạt lựu
2 muỗng canh rau mùi thái nhỏ
1 lon đậu pinto (15 ounce), để ráo nước và rửa sạch
Hướng
Cho vào nồi, thêm Cơ sở gà, bột cà chua, rau mùi, muối, bột tỏi và hạt tiêu; đánh trứng để kết hợp.
Dần dần khuấy trong nước, thêm gạo và khuấy để kết hợp. Đặt nồi lên lửa vừa và đun sôi, thỉnh thoảng khuấy.
Giảm nhiệt xuống mức trung bình thấp, đậy nắp. Tiếp tục nấu cho đến khi chất lỏng được hấp thụ, thỉnh thoảng khuấy, khoảng 12-15 phút. Tắt bếp và đậy nắp trong vài phút.
Cho cơm vào tô lớn và thêm ớt chuông, hành tây, ớt jalapeño và ngò; khuấy để kết hợp.
Nhẹ nhàng khuấy trong đậu và phục vụ.

53.Đậu Pinto và cơm với rau mùi

Khẩu phần 6

THÀNH PHẦN
Đối với gạo:
1 chén gạo trắng hạt dài
1 muỗng canh dầu ô liu
8 oz lon sốt cà chua
1 quả ớt chuông đỏ bỏ lõi, bỏ hạt và cắt làm tư
1 1/2 chén nước dùng gà hoặc nước luộc rau
3/4 muỗng cà phê muối kosher
1 muỗng cà phê bột tỏi
1/4 thìa cà phê ớt bột
1/4 muỗng cà phê thì là
1/2 chén cà chua thái hạt lựu
2 muỗng canh rau mùi xắt nhỏ để trang trí tùy chọn
Đối với Đậu:
15 ounce đậu pinto để ráo nước và rửa sạch
1/2 chén nước dùng gà hoặc nước luộc rau
1 muỗng canh bột cà chua
3/4 muỗng cà phê muối
3/4 muỗng cà phê ớt bột
1/2 chén pico de gallo để trang trí tùy chọn
Hướng
Đối với gạo:
Đun nóng dầu ô liu trong nồi 2 lít trên lửa vừa. Thêm gạo và khuấy cho đến khi gạo được phủ trong dầu. Nấu khoảng 5 phút hoặc cho đến khi gạo chín và có màu nâu nhạt.
Thêm tất cả các thành phần còn lại.
Đặt nồi trở lại đầu đốt và đun sôi các chất bên trong.
Đậy nắp nồi và vặn lửa nhỏ; nấu trong 17 phút.
Lấy nồi ra khỏi bếp và để yên, đậy nắp trong 5 phút. Loại bỏ và loại bỏ ớt chuông. Khuấy đều. Trang trí với cà chua và hành lá nếu muốn.
Đối với Đậu:
Đặt tất cả các thành phần vào chảo trên lửa vừa cao và đun nhỏ lửa. Nấu trong 7-10 phút cho đến khi nước sốt đặc lại. Hương vị và thêm nhiều muối hoặc bột ớt nếu cần. Bạn cũng có thể thêm một chút nước dùng gà nếu nước sốt quá đặc theo ý thích của bạn.
Trang trí với pico de gallo nếu muốn.

54.Gạo & Đậu Pinto Tây Ban Nha

Khẩu phần 2

THÀNH PHẦN

CHO CƠM

2 chén nước luộc rau 475 ml
1 chén gạo hạt dài 190 gram
1/4 muỗng cà phê sợi nghệ tây .17 gram
nhúm muối biển
hạt tiêu đen

CHO ĐẬU

2 muỗng canh dầu ô liu nguyên chất 30 ml
1 củ hành tây nhỏ
4 tép tỏi
1 củ cà rốt
1 quả ớt chuông xanh
1 muỗng cà phê ớt bột Tây Ban Nha hun khói ngọt 2,30 gram
1/2 muỗng cà phê thì là 1,25 gram
2 1/2 chén đậu pinto đóng hộp 400 gram
1 chén nước luộc rau 240 ml
nhúm muối biển
hạt tiêu đen
một nắm mùi tây tươi thái nhỏ

Hướng

Cho 2 chén nước luộc rau vào nồi, cho 1/4 muỗng cà phê sợi nghệ tây vào, nêm muối biển & tiêu đen mới đập dập, đun lửa lớn

Trong khi đó, thêm 1 chén gạo hạt dài vào một cái rây và rửa sạch dưới vòi nước lạnh, cho đến khi nước chảy ra bên dưới cái rây.

Khi nước dùng sôi, cho gạo vào chảo, trộn đều rồi đậy nắp chảo, hạ lửa vừa và đun nhỏ lửa cho đến khi gạo chín.

Trong khi đó, làm nóng chảo lớn với lửa vừa và thêm 2 muỗng canh dầu ô liu nguyên chất, sau 2 phút, thêm 1 củ hành tây nhỏ thái hạt lựu, 1 quả ớt chuông xanh thái nhỏ, 1 củ cà rốt (đã gọt vỏ) thái nhỏ và 4 tép tỏi. băm nhỏ, trộn rau liên tục với dầu ô liu

Sau 4 phút và các loại rau được xào nhẹ, thêm vào 1 thìa cà phê ớt bột Tây Ban Nha hun khói ngọt và 1/2 thìa cà phê thì là xay, trộn nhanh, sau đó thêm vào 2 1/2 cốc đậu pinto đóng hộp (để ráo nước và rửa sạch) và nêm muối biển & hạt tiêu đen, trộn nhẹ nhàng cho đến khi trộn đều, sau đó thêm vào 1 chén nước dùng rau củ và đun trên lửa vừa

Sau khi cơm chín (trong trường hợp của tôi là 15 phút), lấy cơm ra khỏi bếp, để yên trong 3 đến 4 phút với nắp đậy, sau đó mở nắp và xới cơm bằng nĩa, chuyển cơm phục vụ các món ăn

Lấy đậu đang ninh nhừ (vẫn còn một ít nước dùng) và cho vào đĩa phục vụ bên cạnh cơm, rắc mùi tây tươi thái nhỏ lên trên và thưởng thức!

55. Gạo và đậu một nồi

Khẩu phần: 4 khẩu phần

THÀNH PHẦN
2 muỗng canh dầu ô liu
1 củ hành vàng, xắt nhỏ (khoảng 1 ¼ chén)
1 ¾ chén nước dùng gà hoặc rau hoặc nước
1 muỗng cà phê muối
1 chén gạo hạt dài
1 (15,5-ounce) lon đậu đen hoặc đậu pinto
Nêm chanh hoặc lá ngò, để trang trí (tùy chọn)
HƯỚNG
Trong một cái chảo lớn hoặc lò nướng kiểu Hà Lan có nắp đậy kín, làm ấm dầu ô liu trên lửa vừa. Thêm hành tây và xào cho đến khi mờ, khoảng 3 phút. Thêm nước dùng, đậy nắp và đun sôi.
Thêm muối, gạo và đậu (bao gồm cả chất lỏng). Chỉ khuấy để kết hợp, sau đó đậy nắp.
Vặn lửa xuống thấp nhất có thể, sau đó để nhỏ lửa, không quấy rầy, trong 18 đến 20 phút. Tắt bếp và để yên trong 4 phút, sau đó dùng nĩa tán nhuyễn.
Nêm nếm với muối và hạt tiêu, sau đó trang trí bằng chanh hoặc ngò tùy thích.

56.Gạo và đậu Pinto miền Nam

Khẩu phần: 6 cốc

THÀNH PHẦN

- 1 lb đậu pinto khô
- 8 cốc nước hoặc nước dùng
- 2 thìa muối, để ngâm qua đêm; muối ăn
- 2 muỗng canh bột hành tây hoặc 1 chén hành tây tươi, thái hạt lựu
- 2 muỗng canh bột tỏi
- 2 chén gạo, gạo nâu hoặc trắng, nấu chín
- 1 chân giò hun khói
- Muối và hạt tiêu cho vừa ăn

Hướng

a) Cho đậu vào lò nướng lớn của Hà Lan cùng với bột hành và tỏi, chất lỏng và protein (tùy chọn).
b) Nấu ở nhiệt độ thấp, không đậy nắp, trong 3-4 giờ hoặc cho đến khi mềm; kiểm tra mức chất lỏng thường xuyên; thêm nhiều hơn nếu cần thiết; khi mềm nêm nếm gia vị cho phù hợp
c) 1 lb đậu pinto khô, 8 chén nước hoặc nước dùng, 2 muỗng canh bột hành, 2 muỗng canh bột tỏi, 1 chân giò hun khói

57.Đậu Pinto, cơm và xúc xích

Khẩu phần: 6 khẩu phần

THÀNH PHẦN

- 1 pound đậu pinto khô
- 6 cốc nước
- 1 miếng giăm bông, hoặc một miếng thịt giăm bông còn sót lại
- 1 củ hành vừa, xắt nhỏ
- 3 tép tỏi, băm nhỏ
- 1 1/2 muỗng cà phê muối
- 1 pound xúc xích hun khói andouille, hoặc xúc xích hun khói tương tự, thái lát
- 1 (14 1/2-ounce) hộp cà chua, thái hạt lựu
- 1 (4 ounce) lon ớt xanh nhẹ, hoặc hỗn hợp ớt nhẹ và ớt jalapeño, thái hạt lựu
- 1/2 muỗng cà phê ớt đỏ, nghiền nát, tùy chọn
- 4 chén gạo trắng đã nấu chín, hạt dài hoặc hạt nhanh, đun sôi nóng

HƯỚNG

a) Đêm hôm trước, cho đậu pinto vào một cái bát hoặc nồi lớn và đổ nước ngập mặt đậu khoảng 3 inch. Để yên trong 8 giờ hoặc qua đêm. Thoát nước tốt.
b) Kết hợp đậu đã ngâm và ráo nước với nước, giăm bông, hành tây và tỏi trong một cái chảo lớn hoặc lò nướng kiểu Hà Lan ở nhiệt độ cao; đun sôi. Đậy nắp và giảm nhiệt xuống mức trung bình; nấu đậu trong 45 phút hoặc cho đến khi đậu mềm.*
c) Thêm muối, xúc xích thái lát, cà chua, ớt nhẹ và ớt đỏ nghiền nếu muốn. Đậy nắp, giảm nhiệt xuống thấp và đun nhỏ lửa trong 1 giờ, thỉnh thoảng khuấy.
d) Lấy chân giò ra và lấy thịt ra khỏi xương. Cắt giăm bông bằng nĩa hoặc băm nhỏ. Cho giăm bông trở lại hỗn hợp đậu.
e) Phục vụ đậu pinto trên cơm nóng.

58.phi nước đại

Khẩu phần: 8 khẩu phần

THÀNH PHẦN

CHO ĐẬU

- 1 (16-ounce) túi đậu Pinto khô
- Muối
- 7 tép tỏi, bóc vỏ

CHO CƠM

- 1/4 chén dầu thực vật, chia
- 1 củ hành vàng vừa, thái nhỏ (khoảng 1 chén), chia
- 1 1/2 chén gạo trắng hạt dài
- 3 cốc nước hoặc nước dùng gà ít natri
- 1/2 quả ớt chuông xanh, bỏ lõi và bỏ hạt

HƯỚNG

ĐỐI VỚI ĐẬU:

a) Trải đậu ra khay nướng có viền. Nhặt ra bất kỳ mảnh vụn và đậu bị hỏng. Chuyển đậu sang một cái chao và rửa sạch dưới vòi nước lạnh. Cho đậu đã rửa sạch vào một cái nồi lớn và tráng nước lạnh; để ngâm trong 30 phút.

b) Đem luộc ở nhiệt độ cao. Giảm nhiệt xuống mức trung bình và đun đậu trong 30 phút. Tắt lửa, đậy nắp đậu và để yên trong 1 giờ. Đun sôi lại đậu trên lửa lớn. Thêm 2 muỗng cà phê muối và tỏi, giảm nhiệt ở mức trung bình và đun nhỏ lửa cho đến khi đậu mềm trong 30 đến 60 phút.

ĐỐI VỚI GẠO:

c) Đun nóng 2 muỗng canh dầu trong một cái chảo lớn có đáy nặng trên lửa vừa cho đến khi sủi bọt. Thêm 2/3 củ hành tây và nấu, khuấy đều, cho đến khi mềm và trong, khoảng 5 phút.

d) Thêm gạo và nấu, khuấy đều, cho đến khi hạt sáng bóng và phủ đều dầu trong 2 đến 3 phút. Thêm nước hoặc nước dùng và 1 1/2 thìa cà phê muối, tăng nhiệt lên cao và đun sôi. Đặt ớt chuông lên trên cơm.

e) Đun gạo mà không cần khuấy cho đến khi phần lớn chất lỏng bay hơi và bạn có thể thấy những bong bóng nhỏ vỡ ra trên bề mặt gạo. Ngay lập tức giảm nhiệt xuống mức thấp nhất, đậy nắp và nấu (không khuấy, không mở nắp) trong 15 phút. Loại bỏ và loại bỏ ớt chuông. Dùng đũa hoặc nĩa xới cơm, sau đó để nguội và cho vào tủ lạnh trong 1 ngày.

ĐỐI VỚI CON GALLOPINTO:

f) Đun nóng 2 muỗng canh dầu còn lại trong một cái chảo lớn trên lửa vừa và cao cho đến khi lung linh. Thêm hành tây còn lại và nấu, khuấy, cho đến khi mềm và mờ, khoảng 5 phút.

g) Cho gạo và 2 cốc đậu vào chảo và nấu, khuấy đều cho đến khi gạo được tráng đều. Tiếp tục nấu, khuấy đều để hương vị hòa quyện và hỗn hợp trở nên hơi giòn, khoảng 10 phút. Đậy nắp và nấu trên lửa nhỏ thêm 10 phút nữa.

59.cơm sốt cà chua

Khẩu phần: 6 khẩu phần

THÀNH PHẦN
1 chén đậu pinto, ngâm
2 quả ớt Serrano, bỏ hạt & xắt nhỏ
½ muỗng canh Gừng, nạo
1 lá nguyệt quế
¼ muỗng cà phê Nghệ
4 chén nước
1⅓ cốc nước dùng
¼ chén rau mùi
muối tiêu
2 muỗng canh Hồ đào, xắt nhỏ và nướng
2 muỗng canh dầu ô liu
4 cà chua, thái hạt lựu
1 muỗng cà phê ớt bột
1 muỗng canh kinh giới tươi
1 muỗng cà phê xi-rô cây thích
5 chén nước
1½ chén gạo hạt dài
2 củ cà rốt, bào sợi
1 thanh quế 3"
½ muỗng canh dầu ô liu

Hướng
Nấu đậu trong 1 tiếng rưỡi đến 2 giờ, cho đến khi đậu mềm. Bỏ lá nguyệt quế &
NƯỚC XỐT:
Cho đậu đã ráo nước, ớt, gừng, lá nguyệt quế, nghệ và nước vào một cái nồi lớn.
Đun sôi, giảm nhiệt, đậy nắp & nấu.
Cho đậu, nước dùng và rau mùi vào máy xay thực phẩm và xay thành nước sốt đặc. Nêm, thêm quả hồ đào và hâm nóng nhẹ.
CÀ CHUA:
Cho cà chua, bột ớt, kinh giới & xi-rô vào chảo xào. Nêm muối và hạt tiêu và xào trên lửa vừa phải cho đến khi cà chua bắt đầu caramen, khoảng 10 phút. Giữ ấm ở nhiệt độ thấp.
CƠM:
Đun sôi nước, cho gạo, cà rốt và quế vào khuấy đều. Nấu cho đến khi gạo mềm, 10 đến 12 phút nếu dùng gạo trắng. Để ráo & loại bỏ quế & rửa sơ qua dưới vòi nước chảy.
Quay trở lại chảo và quăng với dầu.
Khi ăn, múc cơm ra đĩa còn ấm, rưới sốt đậu lên trên và rắc cà chua lên trên.

60.đậu pinto Cajun

Khẩu phần: 8

THÀNH PHẦN
1 túi nhỏ đậu pinto, rửa sạch và nhặt qua
¼ chén bột mì
¼ chén mỡ thịt xông khói
1 củ hành lớn, xắt nhỏ
6 tép tỏi, băm nhỏ
½ chén cần tây, xắt nhỏ
1 lá nguyệt quế
¼ chén ớt bột
2 muỗng canh thì là
1 hộp cà chua với ớt
muối để hương vị
2 pound Thịt nguội hoặc thịt lợn muối TÙY CHỌN
ngò xắt nhỏ
2 chén gạo hạt dài, nấu chín

Hướng
Nhặt đậu pinto và rửa sạch. Ngâm 1 túi nhỏ đậu pinto qua đêm trong nước lạnh và 1 thìa baking soda. Rửa sạch đậu và nấu trong 1 giờ. Thay nước và thêm 1 muỗng canh baking soda một lần nữa. Nấu trong một hoặc hai giờ nữa và thay nước lần cuối, thêm baking soda và nấu cho đến khi chín.
Chiên ¼ chén bột mì và ¼ chén mỡ thịt xông khói vào hỗn hợp nước sốt sẫm màu (màu ca cao). Thêm và khuấy những thứ sau cho đến khi héo: 1 củ hành tây xắt nhỏ, 5 hoặc 6 tép tỏi băm nhỏ, ½ chén cần tây xắt nhỏ, 1 lá nguyệt quế và ngò.
Thêm bột ớt, thì là và cà chua với ớt và muối cho vừa ăn.
Có thể nấu với chân giò hoặc thịt heo muối.
Sử dụng roux này sẽ tạo thêm hương vị thực sự tuyệt vời cho đậu pinto.
Ăn với cơm hạt dài.

61.Cơm đậu phô mai

Phục vụ:5

THÀNH PHẦN

- 1⅓ cốc nước
- 1 chén cà rốt bào sợi
- 1 muỗng cà phê nước dùng gà ăn liền
- ¼ muỗng cà phê muối
- 15 ounce đậu Pinto lon, để ráo nước
- 8 ounce Sữa chua ít chất béo
- ½ chén Phô mai Cheddar ít béo bào nhỏ
- ⅔ chén gạo hạt dài
- ½ chén hành lá thái lát
- ½ muỗng cà phê Rau mùi
- 1 muỗng cà phê nước sốt ớt cay
- 1 chén Phô mai Cottage ít béo
- 1 muỗng canh rau mùi tây tươi cắt nhỏ

HƯỚNG

a) Trong một cái chảo lớn, kết hợp nước, gạo, cà rốt, hành lá, hạt nêm, rau mùi, muối và nước sốt ớt đóng chai.

b) Đun sôi; giảm nhiệt. Đậy nắp và đun nhỏ lửa trong 15 phút hoặc cho đến khi gạo mềm và nước được hấp thụ.

c) Khuấy đậu pinto hoặc hải quân, phô mai, sữa chua và rau mùi tây.

d) Cho thìa vào đĩa nướng 10x6x2".

e) Nướng, đậy nắp, trong lò nướng 350 độ F. trong 20-25 phút hoặc cho đến khi nóng qua. Rắc phô mai cheddar. Nướng, không đậy nắp, thêm 3-5 phút nữa hoặc cho đến khi phô mai tan chảy.

62.Đậu Pinto và gạo nghệ tây

Khẩu phần: 4
THÀNH PHẦN
đậu
3 chén đậu pinto khô
1/2 thanh bơ
1/3 chén mỡ lợn
1/2 chén sofrito
1 củ hành tây lớn thái hạt lựu
3 lít nước
Cơm
1-1/2 chén gạo hạt dài
3 chén nước luộc gà
1/2 muỗng cà phê sợi nghệ tây
1-1/2 muỗng cà phê muối kosher
1/2 cốc nước
1 muỗng canh bơ
Giấm sốt tiêu cay

Hướng
Rửa đậu và loại bỏ tất cả các vật lạ như đá và đậu xấu.
Xúc xắc hành tây.
Thêm hành tây, đậu, sofrito, nước và bơ.
Để nóng trong 4 phút và thêm mỡ lợn.
Đậy nắp và đun sôi trong 15 phút, khuấy đều, đậy nắp lại và giảm nhiệt xuống một nửa. Nấu cho đến khi đậu mềm và sau đó thêm muối.
Đun chảy bơ và thêm gạo. Khuấy đều và thêm nghệ tây, nước dùng và nước.
Đun sôi gạo thỉnh thoảng khuấy sau đó khi chất lỏng được hấp thụ, đậy nắp và loại bỏ nhiệt, không khuấy trong 20 phút.
Ăn với đậu trên cơm. Thêm giấm và sốt tiêu nóng.

63. Taco Cơm gia vị với đậu pinto

Khẩu phần: 6 khẩu phần

THÀNH PHẦN
2 chén nước
8 ounce nước sốt cà chua
1 gói hỗn hợp gia vị taco
1 chén ngô
½ chén tiêu xanh -- xắt nhỏ
½ muỗng cà phê Oregano
⅛ muỗng cà phê bột tỏi
1 chén gạo hạt dài
16 ounce đậu Pinto, đóng hộp
Hướng
Trong một cái chảo vừa, kết hợp tất cả các thành phần, trừ gạo và đậu.
Đun sôi hỗn hợp trên lửa vừa. Cho gạo và đậu vào trộn đều.
Khi hỗn hợp sôi trở lại, khuấy đều, sau đó giảm nhiệt xuống mức trung bình thấp, đậy nắp và đun nhỏ lửa cho đến khi phần lớn chất lỏng được nấu chín, trong 45 phút đến 1 giờ.
Tắt bếp và đậy nắp trong 5 phút.
Trộn đều.

64. Cơm bí ngô Ấn Độ và đậu

Khẩu phần: 8

THÀNH PHẦN

1 muỗng canh dầu hạt cải
1 củ hành vàng vừa; băm nhỏ
2 tép tỏi; băm nhỏ
2 cốc bí ngô
2 muỗng cà phê bột cà ri
½ muỗng cà phê Tiêu đen
½ muỗng cà phê muối
¼ thìa cà phê đinh hương xay
1½ chén gạo trắng hạt dài
1 chén cải xoăn hoặc rau bina xắt nhỏ
15 ounce Đậu pinto nấu chín; ráo nước và rửa sạch

Hướng

Trong một cái chảo lớn đun nóng dầu trên lửa vừa.

Thêm hành tây và tỏi và nấu, khuấy trong 5 phút cho đến khi hành tây trong mờ. Cho bí ngô, cà ri, hạt tiêu, muối và đinh hương vào xào thêm 1 phút nữa.

Thêm 3 chén nước và gạo, đậy nắp và đun nhỏ lửa. Nấu trên lửa vừa và thấp trong khoảng 15 phút.

Khuấy cải xoăn và đậu và nấu thêm khoảng 5 phút nữa.

Vo gạo và tắt bếp. Để yên trong 10 đến 15 phút trước khi phục vụ.

65.Đậu cao bồi Mexico

Khẩu phần: 6

THÀNH PHẦN

- ½ lb đậu Pinto, sấy khô
- 1 củ hành tây, trắng, lớn
- 3 tép tỏi, đập dập
- 2 nhánh Ngò
- ¼ chén nước dùng hoặc nước rau
- 6 oz. (3/4 cốc) chorizo
- 2 ớt Serrano, băm nhỏ
- 1 cà chua, lớn, thái hạt lựu

HƯỚNG

a) Ngâm đậu trong nước qua đêm.

b) Ngày hôm sau, lọc chúng và đặt chúng vào một cái chậu lớn. Đổ đủ nước vào nồi để lấp đầy ¾ đường.

c) Cắt hành tây của bạn làm đôi. Cho ½ nhánh hành, ngò và 3 nhánh tỏi vào nồi cùng với đậu. Dự trữ nửa còn lại của hành tây.

d) Đun nước sôi và để đậu nấu cho đến khi gần mềm, khoảng 1 tiếng rưỡi.

e) Trong khi đậu đang nấu, làm nóng chảo xào lớn ở nhiệt độ trung bình cao. Thêm chorizo và xào cho đến khi hơi nâu, khoảng 4 phút. Trong khi nấu chorizo, thái hạt lựu nửa củ hành tây còn lại.

f) Lấy chorizo ra khỏi chảo và đặt sang một bên. Thêm ¼ chén nước, hành tây thái hạt lựu và ớt Serrano vào chảo xào. Xào hành tây và ớt cho đến khi mềm và trong khoảng 4 – 5 phút. Thêm cà chua và nấu thêm 7-8 phút nữa hoặc cho đến khi cà chua nát và tiết ra hết nước.

g) Thêm hỗn hợp này và chorizo vào nồi đậu và đun nhỏ lửa trong 20 phút nữa hoặc cho đến khi đậu mềm hoàn toàn. Nêm nếm với muối và hạt tiêu.

h) Trước khi ăn, loại bỏ nửa củ hành tây, nhánh ngò và tép tỏi khỏi đậu. Nêm với muối và hạt tiêu

66. Lễ Caribe

THÀNH PHẦN

JERK JACKFRUIT

- 3 hộp Mít non ngâm nước muối, để ráo nước & vỗ cho khô rồi cắt miếng vừa ăn
- 1 muỗng canh dầu dừa Vita Coca
- 3 Hành lá, thái nhỏ
- 3 tép tỏi, băm nhỏ
- 1/2 quả ớt Scotch Bonnet (dùng 1 quả đầy đủ để thêm cay)
- Gừng miếng cỡ ngón tay cái, băm nhỏ
- 1 quả ớt vàng, bỏ hạt & cắt khối
- 1 cốc/200g Đậu đen, từ hộp thiếc. Để ráo nước và rửa sạch.
- 1 muỗng canh Tất cả gia vị
- 2 muỗng cà phê bột quế
- 3 muỗng canh nước tương
- 5 muỗng cà phê Puree cà chua
- 4 muỗng canh đường dừa
- 1 cốc/240ml Nước Dứa
- Nước cốt 1 quả chanh
- 1 muỗng canh lá húng tây tươi
- 2 muỗng cà phê muối biển
- 1 muỗng cà phê hạt tiêu đen nứt

GẠO & ĐẬU ĐẬU

- 1 hộp Đậu thận, để dành dạng lỏng
- 1 lon nước cốt dừa
- 3 thìa húng tây tươi
- Muối biển & hạt tiêu đen
- 1 & 1/2 chén/340g gạo hạt dài, rửa sạch
- Rau củ, nếu cần.

CHIÊN RÁN

- 2 Chuối, bóc vỏ và cắt thành đĩa cm
- 2 muỗng canh dầu dừa Vita Coca
- 2 muỗng canh đường dừa

- nhúm muối và hạt tiêu

Gỏi xoài

- 1/2 quả xoài tươi, gọt vỏ và cắt khối
- 1 muỗng cà phê ớt tươi, thái nhỏ
- Một nắm rau mùi tươi
- Nước cốt nửa quả chanh
- Salad tươi trộn

HƯỚNG

a) Đầu tiên, đặt một đĩa thịt hầm lớn hoặc chảo rán trên lửa vừa. Thêm dầu dừa theo sau là hành tây, tỏi, gừng, ớt và tiêu vàng. Để hỗn hợp mềm trong 3 phút trước khi thêm gia vị và nấu thêm 2 phút nữa. Thêm một chút gia vị.

b) Cho mít vào chảo đảo đều, nấu hỗn hợp khoảng 3-4 phút.

c) Tiếp theo cho đường dừa và đậu đen vào. Tiếp tục khuấy rồi thêm nước tương, nước ép cà chua và nước ép dứa. Vặn lửa nhỏ và thêm nước cốt chanh cùng với một ít lá húng tây tươi cắt nhỏ.

d) Đậy nắp và để mít chín trong khoảng 12-15 phút.

e) Đối với cơm, cho các nguyên liệu vào nồi và đậy nắp lại. đặt chảo trên lửa nhỏ và để gạo hấp thụ hết chất lỏng cho đến khi gạo sáng và xốp. quá trình này sẽ mất 10-12 phút. nếu cơm của bạn quá khô trước khi nấu, hãy thêm một ít nước hoặc nước hầm rau củ.

f) tiếp theo, chuối. làm nóng trước chảo chống dính ở lửa vừa và cho dầu dừa vào, khi nóng cho chuối đã cắt múi cau vào và chiên cả hai mặt trong 3-4 phút cho đến khi có màu caramel và vàng. nêm với đường dừa, muối và hạt tiêu.

g) đối với món salad đơn giản, trộn tất cả các thành phần với nhau trong một bát trộn nhỏ.

h) phục vụ mọi thứ cùng nhau, tận hưởng.

67.Jamaica Jerk Mít & Đậu với Cơm

Phục vụ:2

THÀNH PHẦN

- 1 củ hành tây
- 2 tép tỏi
- 1 trái ớt
- 2 quả cà chua nho
- 2 muỗng cà phê gia vị giật Jamaica
- 400g hộp đậu tây
- hộp mít 400g
- 200ml nước cốt dừa
- 150g gạo trắng hạt dài
- 50g lá mồng tơi
- Muối biển
- Hạt tiêu mới xay
- 1 muỗng canh dầu ô liu
- 300ml nước sôi

HƯỚNG

j) Gọt vỏ và thái nhỏ hành tây. Gọt vỏ và xay tép tỏi. Ớt cắt đôi, vẩy bỏ hạt và màng cho bớt nóng rồi thái nhỏ. Xắt nhỏ cà chua.

k) Đổ 1 muỗng canh dầu vào chảo lớn và đun ở lửa vừa. Cho hành tây và một chút muối và hạt tiêu vào. Chiên trong 4-5 phút, thỉnh thoảng khuấy, cho đến khi mềm và hơi ngả màu. Khuấy tỏi, ớt và 2 muỗng cà phê gia vị Jamaica và tiếp tục xào thêm 2 phút nữa

l) Cho cà chua xắt nhỏ vào chảo. Để ráo đậu và mít rồi cho vào chảo. Đổ nước cốt dừa vào. Trộn đều và đun sôi, sau đó đậy nắp một phần và đun nhỏ lửa trong 20 phút Trong thời gian nấu, thỉnh thoảng dùng thìa gỗ để bẻ từng múi mít ra một chút.

m) Cho gạo vào rây và xả sạch dưới vòi nước lạnh. Cho 300ml nước sôi và 1 chút muối vào chảo nhỏ. Đậy nắp và đun sôi, sau đó vặn nhỏ lửa và đun thật nhẹ trong 8 phút, cho đến khi tất cả nước đã được hấp thụ hết. Lấy cơm ra khỏi bếp và để cơm trong chảo, đậy nắp, hấp trong 10 phút

n) Xào rau muống vào mít và đậu cho héo. Nếm thử nước sốt và thêm muối nếu cần.

o) Múc cơm vào hai bát sâu và múc nhiều muôi cà ri mít lên trên và dùng.

68.Cơm Pilaf Với Đậu, Trái Cây Và Các Loại Hạt

THÀNH PHẦN

- 1 1/2 chén gạo hạt dài
- 1 muỗng canh dầu thực vật trung tính
- 1 củ hành vừa, thái nhỏ
- 1 đến 2 quả ớt tươi nhỏ, thái lát, tùy chọn
- 2/3 chén nho khô hoặc quả nam việt quất khô, hoặc kết hợp
- 1/3 chén đậu pinto nấu chín
- 1/3 chén quả mơ khô thái nhỏ
- 1/4 muỗng cà phê bột nghệ
- 1/2 muỗng cà phê quế
- 1/4 muỗng cà phê hạt nhục đậu khấu hoặc tươi
- 1/2 muỗng cà phê húng quế khô
- 1/4 cốc nước cam, tốt nhất là tươi
- 2 muỗng cà phê mật hoa agave
- 1 đến 2 muỗng canh chanh hoặc nước cốt chanh, để nếm thử
- 1/2 chén hạt điều nướng (toàn bộ hoặc cắt nhỏ) hoặc hạnh nhân thái lát
- Muối và hạt tiêu mới xay để nếm

Hướng

a) Kết hợp gạo với 4 cốc nước trong nồi. Đun sôi nhẹ, sau đó giảm nhiệt, đậy nắp và đun nhỏ lửa trong 30 phút hoặc cho đến khi nước được hấp thụ.

b) Sau khi cơm chín, đun nóng dầu trong chảo lớn. Thêm hành tây và ớt tùy chọn xào trên lửa vừa cho đến khi vàng.

c) Khuấy gạo và tất cả các thành phần còn lại trừ các loại hạt, muối và hạt tiêu. nấu trên lửa nhỏ, khuấy thường xuyên trong khoảng 8 đến 10 phút để hương vị hòa quyện.

d) Khuấy các loại hạt, nêm muối và hạt tiêu, và phục vụ.

69.Cơm đậu cha cha cha

Khẩu phần: 6

THÀNH PHẦN

2 muỗng canh dầu ô liu
2 tép tỏi, băm nhỏ
1 chén hành tây thái lát
1 chén cần tây gọt vỏ, thái lát
1 chén cà rốt thái lát
1 muỗng cà phê ớt bột
¼ chén ớt xanh thái hạt lựu đóng hộp
1 pound đậu pinto
¼ củ hành tây, thái lát mỏng
1 chất béo 263 Calo
2 chén nấm thái lát
2 chén đậu đen cơ bản đã nấu chín
½ chén đậu dự trữ
2 muỗng canh Rau mùi xắt nhỏ
Muối và hạt tiêu cho vừa ăn
3 chén gạo hạt dài nấu chín
1 muỗng canh nước cốt chanh
2 muỗng cà phê Muối hoặc nếm thử

THÀNH PHẦN

Trong chảo sâu lòng lớn, đun nóng dầu ô liu và xào tỏi, hành tây, cần tây, cà rốt và bột ớt, cho đến khi hành tây trong mờ.
Thêm ớt và nấm và xào thêm 5 phút nữa.
Khuấy đậu, đậu và rau mùi. Nêm nếm gia vị.
Đậy nắp và đun trên lửa nhỏ khoảng 10 phút, thỉnh thoảng khuấy.
Phục vụ trên cơm.

70. Củ Cải Xào Đậu

Khẩu phần: 2 người

THÀNH PHẦN

- 1 muỗng canh dầu ô liu
- 2 củ cải tím - rửa sạch, tỉa và thái hạt lựu
- 3 chén rau bina
- 1 lon đậu pinto 15,5 oz - để ráo nước và rửa sạch
- 1 muỗng canh gừng tươi - thái nhỏ
- 2 tép tỏi - ép hoặc băm nhỏ
- 1 thìa mật ong
- 1 muỗng canh giấm gạo
- 2 muỗng canh nước tương giảm natri
- 1 chén gạo hạt dài - nấu chín, để phục vụ

HƯỚNG

a) Nếu bạn cần chuẩn bị gạo hoặc ngũ cốc nguyên hạt cho bữa ăn, hãy bắt đầu trước khi xào.

b) Đun nóng dầu ô liu trong chảo lớn trên lửa vừa. Thêm củ cải và nấu, thỉnh thoảng khuấy/lật trong 8-12 phút hoặc cho đến khi chín mềm và chuyển màu nâu nhạt.

c) Trong khi củ cải đang nấu, trộn gừng, tỏi, mật ong, giấm gạo và nước tương trong một cái bát nhỏ. Thêm rau bina, đậu và nước sốt vào chảo. Nấu trong 4-6 phút, hoặc cho đến khi cải bó xôi héo và nước xào được đun nóng.

d) Ăn nóng trên cơm.

71.Cơm với thịt cừu, thì là và đậu

Khẩu phần: 8 khẩu phần

THÀNH PHẦN
2 muỗng canh Bơ
1 củ hành vừa; bóc vỏ và cắt thành lát dày 1/4 inch
3 pound Vai cừu không xương, hình khối
3 chén nước
1 muỗng canh muối
2 chén gạo trắng hạt dài chưa nấu chín, ngâm và để ráo nước
4 cốc thì là, tươi; cắt nhỏ
2 mười oz. đậu tây
8 thìa Bơ; tan chảy
¼ muỗng cà phê sợi nghệ tây; nghiền thành bột và hòa tan trong 1 muỗng canh. nước ấm

HƯỚNG
Trong một cái soong nặng từ 3 đến 4 lít, có nắp đậy vừa khít, đun chảy 2 muỗng canh bơ trên lửa vừa phải.
Khi bọt bắt đầu lắng xuống, thêm hành tây và khuấy thường xuyên, nấu trong khoảng 10 phút hoặc cho đến khi các lát có màu nâu đậm. Với một cái muỗng có rãnh, chuyển chúng vào đĩa.
Mỗi lần khoảng nửa tá miếng, rán vàng các miếng thịt cừu trong phần mỡ còn lại trong soong, dùng kẹp hoặc thìa lật chúng và điều chỉnh nhiệt để chúng có màu đậm và đều mà không bị cháy. Khi chúng có màu nâu, chuyển những khối thịt cừu vào đĩa cùng với hành tây.
Đổ 3 chén nước vào soong và đun sôi ở nhiệt độ cao, đồng thời cạo các hạt màu nâu bám ở đáy và thành chảo. Cho thịt cừu và hành tây trở lại soong, thêm muối và giảm nhiệt xuống thấp.
Đậy kín nắp và đun nhỏ lửa trong khoảng 1 giờ 15 phút, hoặc cho đến khi thịt cừu mềm và không còn lực cản khi dùng mũi dao nhỏ, sắc nhọn đâm vào. Chuyển thịt cừu, hành tây và tất cả chất lỏng nấu ăn vào một cái bát lớn và đặt soong sang một bên.
Làm nóng lò ở 350 độ. Đun sôi 6 cốc nước trong nồi dung tích 5 đến 6 lít. Đổ gạo vào từ từ, loãng để nước không ngừng sôi. Khuấy một hoặc hai lần, đun sôi nhanh trong 5 phút, sau đó bắc chảo ra khỏi bếp, cho thì là và đậu vào quấy đều rồi rây mịn để ráo nước.
Múc khoảng một nửa hỗn hợp gạo vào soong và làm ẩm bằng « chén nước nấu thịt cừu. Sau đó, dùng thìa hoặc thìa phết hỗn hợp cơm lên các cạnh của chảo.

Với một cái muỗng có rãnh, cho thịt cừu và hành tây vào soong và phết chúng lên cơm.
Sau đó rải hỗn hợp cơm còn lại lên trên. Kết hợp 2 muỗng canh bơ tan chảy với 6 muỗng canh nước dùng thịt cừu và đổ lên cơm. Đun sôi soong ở nhiệt độ cao.
Đậy chặt nắp và nướng ở ngăn giữa của lò trong 30 đến 40 phút hoặc cho đến khi đậu mềm và gạo đã hấp thụ hết nước trong soong.
Để phục vụ, múc khoảng một chén hỗn hợp gạo vào một cái bát nhỏ, thêm nghệ tây đã hòa tan và khuấy cho đến khi gạo có màu vàng tươi.
Trải khoảng một nửa số gạo còn lại lên đĩa đã đun nóng và xếp thịt cừu lên trên. Che thịt cừu với phần còn lại của hỗn hợp gạo tẻ và trang trí nó bằng gạo nghệ tây. Đổ 6 thìa bơ đun chảy còn lại lên trên.

72.Đậu Pinto phô mai

Khẩu phần: 4

THÀNH PHẦN
2 tép tỏi
1 quả jalapeño
1 muỗng canh dầu ăn
2 15oz. lon đậu pinto
1/4 muỗng cà phê ớt bột hun khói
1/4 muỗng cà phê thì là
1/8 muỗng cà phê hạt tiêu đen mới nứt
2 lát nước sốt nóng
1/2 chén phô mai cheddar bào nhỏ
2 phần gạo hạt dài, nấu chín
HƯỚNG
Băm nhỏ tỏi và thái hạt lựu jalapeño.
Cho tỏi, ớt jalapeño và dầu ăn vào nồi. Xào tỏi và ớt jalapeño trên lửa vừa trong khoảng một phút, hoặc chỉ cho đến khi tỏi rất thơm.
Cho một hộp đậu pinto vào máy xay sinh tố cùng với chất lỏng trong hộp và xay nhuyễn cho đến khi mịn.
Thêm đậu xay nhuyễn và hộp đậu thứ hai (để ráo nước) vào nồi nước sốt với tỏi và ớt chuông. Khuấy để kết hợp.
Nêm đậu với ớt bột hun khói, thì là, hạt tiêu và nước sốt nóng. Khuấy để kết hợp, sau đó đun nóng trên lửa vừa, thỉnh thoảng khuấy.
Cuối cùng, thêm cheddar cắt nhỏ và khuấy cho đến khi nó tan chảy vào đậu. Nếm đậu và điều chỉnh gia vị theo ý thích của bạn. Phục vụ trên cơm hoặc với bữa ăn yêu thích của bạn.

73.Cơm và đậu với sốt húng quế

Phục vụ:4 phần ăn

THÀNH PHẦN

- Xịt nấu rau
- 1 chén hành tây xắt nhỏ
- 1 chén gạo hạt dài chưa nấu chín
- 13¾ ounce Nước dùng gà không thêm muối, (1 lon)
- 1 chén cà chua chưa gọt vỏ xắt nhỏ
- ¼ chén nước sốt húng quế pesto thương mại
- 16 ounce đậu pinto

HƯỚNG

a) Phủ một chiếc chảo lớn bằng bình xịt nấu ăn và đặt trên lửa vừa cho đến khi nóng.
b) Thêm hành tây; xào 2 phút. Thêm gạo và nước dùng; đun sôi.
c) Giảm nhiệt và đun nhỏ lửa, không đậy nắp, trong 15 phút hoặc cho đến khi gạo chín và chất lỏng được hấp thụ.
d) Khuấy cà chua, sốt pesto và đậu; nấu 2 phút hoặc cho đến khi đun nóng hoàn toàn.

74.Cơm sườn bít tết đậu đen

Phục vụ:6 phần ăn

THÀNH PHẦN

- 1½ pound sườn bít tết
- 3 muỗng canh Dầu thực vật
- 2 Lá nguyệt quế
- 5 chén Bò kho
- 4 muỗng canh dầu Olive
- 2 củ hành tây; băm nhỏ
- 6 tép tỏi; băm nhỏ
- 1 muỗng canh oregano khô
- 1 muỗng canh thì là
- 2 quả cà chua; hạt, xắt nhỏ
- Muối; nếm thử
- Hạt tiêu vừa mới nghiền; nếm thử
- đậu tây
- Cơm trắng nấu chín
- 2 muỗng canh Dầu thực vật
- 6 quả trứng

HƯỚNG

a) Nêm bít tết với muối và hạt tiêu. Đun nóng dầu thực vật trong chảo lớn nặng ở nhiệt độ cao. Thêm bít tết và nấu cho đến khi chín vàng ở tất cả các mặt. Thêm lá nguyệt quế và kho.

b) Giảm nhiệt và đun nhỏ lửa từ từ cho đến khi bít tết rất mềm, thỉnh thoảng trở, khoảng 2 giờ.

c) Tắt bếp và để thịt nguội trong kho. Lấy thịt ra khỏi kho và cắt nhỏ. Dự trữ 1 cốc chất lỏng nấu ăn; dự trữ chất lỏng nấu ăn còn lại để sử dụng khác. Đun nóng dầu ô liu trong chảo lớn nặng trên lửa vừa và cao. Thêm hành tây và xào cho đến khi vàng.

d) Thêm tỏi, oregano và thì là và xào cho đến khi có mùi thơm. Thêm cà chua và tiếp tục nấu cho đến khi hầu hết chất lỏng bay hơi.
e) Thêm thịt vụn và 1 chén chất lỏng nấu ăn dành riêng. Nêm nếm với muối và hạt tiêu. Sắp xếp thịt bò, cơm và đậu trên một đĩa hình chữ nhật thành ba hàng với cơm ở giữa (nó trông giống như lá cờ của Venezuela).
f) Đun nóng dầu thực vật trong chảo lớn nặng trên lửa vừa. Đập trứng vào chảo. Chiên cho đến khi mềm. Bày đậu, thịt và cơm lên trên.

75. Gạo và Đậu Châu Phi

Khẩu phần: 6

THÀNH PHẦN
½ chén dầu đỏ / cọ / hoặc dầu hạt cải tôi đã sử dụng ½ và ½
2-3 tép tỏi băm nhỏ
1 củ hành vừa thái hạt lựu
1 muỗng canh ớt bột hun khói
1 muỗng cà phê cỏ xạ hương khô
½ hạt tiêu scotch hoặc ½ muỗng cà phê ớt cayenne
4 quả cà chua thái hạt lựu
2 chén gạo hạt dài rửa sạch
2 chén đậu nấu chín đen, đỏ, đậu mắt đen
4 1/2 - 5 chén nước dùng gà hoặc nước
1 muỗng canh muối hoặc nhiều hơn để nếm
1/4 chén tôm càng tùy chọn
1 muỗng cà phê nước dùng gà tùy chọn
HƯỚNG
Làm nóng một cái chảo với dầu. Sau đó thêm hành, tỏi, húng tây, ớt bột hun khói và ớt cay, xào khoảng một phút, thêm cà chua. Nấu trong khoảng 5-7 phút.
Cho gạo vào chảo khuấy đều; tiếp tục khuấy trong khoảng 2 phút. Sau đó thêm đậu, 4 1/2 cốc nước dùng gà/nước, đun sôi, giảm nhỏ lửa và đun nhỏ lửa cho đến khi cơm chín, khoảng 18 phút hoặc hơn. Điều chỉnh cho muối và hạt tiêu. Bạn phải thỉnh thoảng khuấy để tránh bị bỏng.
Ăn nóng với thịt gà, món hầm hoặc rau

76.Súp đậu và gạo

Khẩu phần: 4

THÀNH PHẦN

- 2 chén thịt gà, nấu chín và cắt khối
- 1 chén gạo hạt dài, nấu chín
- 2 lon đậu pinto 15 ounce, để ráo nước
- 4 chén nước dùng gà
- 2 muỗng canh hỗn hợp gia vị Taco
- 1 chén nước sốt cà chua

Topping:

- Phô mai bào
- điệu Salsa
- ngò xắt nhỏ
- hành tây xắt nhỏ

Hướng

Đặt tất cả các thành phần trong một stockpot vừa. Khuấy động nhẹ nhàng.

Nấu trên lửa vừa, đun nhỏ lửa trong khoảng 20 phút, thỉnh thoảng khuấy.

Phục vụ với toppings.

77. Chili con Carne

THÀNH PHẦN

- Thịt bò xay/băm 500g
- 1 củ hành lớn xắt nhỏ
- 3 tép tỏi
- 2Cà chua xắt hộp 400g
- Nước ép cà chua
- 1 muỗng cà phê bột ớt (hoặc nếm thử)
- 1 muỗng cà phê thì là
- một chút sốt Worcester
- Rắc muối và hạt tiêu
- 1 ớt đỏ băm nhỏ
- 1 hộp đậu tây 400g

Hướng
Phi hành trong chảo nóng với dầu cho đến khi gần chuyển màu nâu thì thêm tỏi băm nhỏ
Thêm thịt băm và khuấy cho đến khi có màu nâu; tiêu mỡ thừa nếu muốn
Thêm tất cả các loại gia vị khô và gia vị sau đó giảm nhiệt và thêm cà chua xắt nhỏ
Khuấy đều và thêm bột cà chua và sốt Worrouershire sau đó đun nhỏ lửa trong khoảng một giờ (ít hơn nếu bạn đang vội)
Thêm ớt đỏ xắt nhỏ và tiếp tục đun nhỏ lửa trong 5 phút, sau đó thêm hộp đậu thận đã ráo nước và nấu thêm 5 phút nữa. Nếu ớt bị khô bất cứ lúc nào, chỉ cần thêm một chút nước.
Ăn với cơm, khoai tây hoặc mì ống!

78.Ớt ba đậu cổ điển

Thành phần:
1 lon đậu đen, để ráo nước và rửa sạch
1 hộp đậu tây, để ráo nước và rửa sạch
1 hộp đậu pinto, để ráo nước và rửa sạch
1 củ hành tây, xắt nhỏ
2 tép tỏi, băm nhỏ
1 quả ớt chuông đỏ, xắt nhỏ
1 thìa ớt bột
1 muỗng cà phê thì là
1/2 muỗng cà phê ớt bột
1/4 muỗng cà phê ớt cayenne
2 lon cà chua thái hạt lựu, không ráo nước
2 chén nước luộc rau
Muối và hạt tiêu cho vừa ăn
Hướng dẫn:

Trong một cái nồi lớn, xào hành tây, tỏi và ớt chuông đỏ trên lửa vừa cho đến khi mềm.

Thêm bột ớt, thì là, ớt bột và ớt cayenne và nấu trong 1-2 phút, khuấy liên tục.

Thêm cà chua thái hạt lựu (với nước ép), đậu và nước luộc rau.

Đun sôi ớt, sau đó giảm nhiệt và đun nhỏ lửa trong 30 phút.

Nêm muối, tiêu cho vừa ăn, dùng nóng.

79.ớt diêm mạch

Thành phần:

1 muỗng canh dầu ô liu
1 củ hành tây, xắt nhỏ
2 tép tỏi, băm nhỏ
1 quả ớt chuông đỏ, xắt nhỏ
1 quả ớt chuông xanh, xắt nhỏ
1 quả ớt jalapeño, bỏ hạt và thái nhỏ
1 chén quinoa, rửa sạch và để ráo nước
1 lon đậu đen, để ráo nước và rửa sạch
1 hộp đậu tây, để ráo nước và rửa sạch
2 lon cà chua thái hạt lựu, không ráo nước
2 chén nước luộc rau
1 thìa ớt bột
1 muỗng cà phê thì là
1/2 muỗng cà phê ớt bột hun khói
Muối và hạt tiêu cho vừa ăn
Hướng dẫn:

Trong một cái nồi lớn, đun nóng dầu ô liu trên lửa vừa.

Thêm hành tây, tỏi, ớt chuông đỏ, ớt chuông xanh và ớt jalapeño và xào cho đến khi mềm.
Thêm quinoa, đậu, cà chua thái hạt lựu, nước luộc rau, bột ớt, thì là và ớt bột hun khói.
Đun sôi ớt, sau đó giảm nhiệt và đun nhỏ lửa trong 25-30 phút hoặc cho đến khi quinoa chín.
Nêm muối, tiêu cho vừa ăn, dùng nóng.

80.ớt đậu đen cay

Thành phần:

1 muỗng canh dầu ô liu
1 củ hành tây, xắt nhỏ
2 tép tỏi, băm nhỏ
1 quả ớt chuông xanh, xắt nhỏ
1 quả ớt jalapeño, bỏ hạt và thái nhỏ
1 thìa ớt bột
1 muỗng cà phê thì là
1/2 muỗng cà phê ớt bột hun khói
2 lon đậu đen, để ráo nước và rửa sạch
1 lon cà chua thái hạt lựu, không để ráo nước
2 chén nước luộc rau
Muối và hạt tiêu cho vừa ăn
Hướng dẫn:

Trong một cái nồi lớn, đun nóng dầu ô liu trên lửa vừa.

Thêm hành tây, tỏi, ớt chuông xanh và ớt jalapeño và xào cho đến khi mềm.

Thêm bột ớt, thì là và ớt bột xông khói và nấu trong 1-2 phút, khuấy liên tục.

Thêm đậu đen, cà chua thái hạt lựu và nước luộc rau.

Đun sôi ớt, sau đó giảm nhiệt và đun nhỏ lửa trong 20-25 phút.

Nêm muối, tiêu cho vừa ăn, dùng nóng.

81. Chipotle khoai lang khói ớt

Thành phần:

1 muỗng canh dầu ô liu
1 củ hành tây, xắt nhỏ
2 tép tỏi, băm nhỏ
1 quả ớt chuông đỏ, xắt nhỏ
1 quả ớt jalapeño, bỏ hạt và thái nhỏ
2 củ khoai lang vừa, gọt vỏ và xắt nhỏ
1 lon đậu đen, để ráo nước và rửa sạch
1 lon cà chua thái hạt lựu, không để ráo nước
2 chén nước luộc rau
2 ớt chipotle trong nước sốt adobo, xắt nhỏ
1 muỗng cà phê ớt bột hun khói
Muối và hạt tiêu cho vừa ăn
Hướng dẫn:

Trong một cái nồi lớn, đun nóng dầu ô liu trên lửa vừa.

Thêm hành tây, tỏi, ớt chuông đỏ và ớt jalapeño và xào cho đến khi mềm.

Thêm khoai lang và xào trong 5-7 phút, hoặc cho đến khi chúng bắt đầu mềm.

Thêm đậu đen, cà chua thái hạt lựu, nước luộc rau, ớt chipotle và ớt bột hun khói.

Đun sôi ớt, sau đó giảm nhiệt và đun trong 25-30 phút hoặc cho đến khi khoai lang mềm.

Nêm muối, tiêu cho vừa ăn, dùng nóng.

82.ớt đậu lăng

Thành phần:

1 muỗng canh dầu ô liu
1 củ hành tây, xắt nhỏ
2 tép tỏi, băm nhỏ
1 quả ớt chuông đỏ, xắt nhỏ
1 quả ớt chuông xanh, xắt nhỏ
1 quả ớt jalapeño, bỏ hạt và thái nhỏ
1 chén đậu lăng nâu khô, rửa sạch và để ráo nước
1 lon cà chua thái hạt lựu, không để ráo nước
2 chén nước luộc rau
1 thìa ớt bột
1 muỗng cà phê thì là
1/2 muỗng cà phê ớt bột hun khói
Muối và hạt tiêu cho vừa ăn
Hướng dẫn:

Trong một cái nồi lớn, đun nóng dầu ô liu trên lửa vừa.

Thêm hành tây, tỏi, ớt chuông đỏ, ớt chuông xanh và ớt jalapeño và xào cho đến khi mềm.

Thêm đậu lăng, cà chua thái hạt lựu, nước luộc rau, bột ớt, thìa là và ớt bột hun khói.

Đun sôi ớt, sau đó giảm nhiệt và đun nhỏ lửa trong 25-30 phút hoặc cho đến khi đậu lăng mềm.

Nêm muối, tiêu cho vừa ăn, dùng nóng.

83.canh cơm

Khẩu phần: 4

THÀNH PHẦN
4 cọng cần tây lớn
3 củ cà rốt lớn
1 củ hành trắng vừa
1 muỗng cà phê cỏ xạ hương khô
1 muỗng cà phê mùi tây khô
1 muỗng cà phê bột tỏi
1 muỗng cà phê muối
1/2 muỗng cà phê cây xô thơm
1 muỗng canh amino dừa
4 chén nước luộc rau
2 cốc nước
2/3 chén gạo trắng hạt dài
1 lon đậu pinto (15 oz. lon)

HƯỚNG
Xúc xắc hoặc cắt rau thành miếng vừa ăn.
Cho nồi lớn lên bếp và vặn lửa vừa. Xịt đáy nồi bằng dầu bơ hoặc dầu ô liu. Thêm rau.
Nấu rau trong 3-4 phút.
Sau 3-4 phút, thêm gia vị, lá nguyệt quế và dừa. Khuấy và nấu thêm 1-2 phút nữa.
Trong khi rau đang nấu, rửa sạch gạo.
Thêm 1/2 chén nước luộc rau và cạo đáy/mặt nồi để loại bỏ các mảnh màu nâu ở đáy.
Thêm phần còn lại của nước dùng, nước và gạo vào nồi. Khuấy và đậy nắp. Biến nhiệt lên cao.
Khi súp sôi, giảm nhiệt xuống thấp và nấu trong 15 phút.
Trong khi nấu súp, rửa sạch đậu và để ráo nước. Và thêm chúng vào súp.
Ngay trước khi phục vụ, loại bỏ lá nguyệt quế. Phục vụ nóng.

84. ớt cổ điển

Thành phần:
1 hộp đậu tây, để ráo nước và rửa sạch
1 lon đậu đen, để ráo nước và rửa sạch
1 hộp đậu pinto, để ráo nước và rửa sạch
1 củ hành tây, xắt nhỏ
2 tép tỏi, băm nhỏ
1 quả ớt chuông đỏ, xắt nhỏ
1 quả ớt chuông xanh, xắt nhỏ
1 lon cà chua thái hạt lựu
1 lon nước sốt cà chua
1 muỗng canh ớt bột
1 muỗng cà phê thì là
Muối và hạt tiêu cho vừa ăn
Hướng dẫn:

Đun nóng dầu trong một cái nồi lớn trên lửa vừa và cao.

Thêm hành tây, tỏi và ớt chuông và nấu cho đến khi hành tây trong mờ.

Cho cà chua đóng hộp, sốt cà chua, gia vị vào nồi khuấy đều.

Thêm đậu và đun nhỏ lửa trong 15-20 phút.

Nêm muối và hạt tiêu cho vừa ăn.

85. Thổ Nhĩ Kỳ và ớt đậu trắng

Thành phần:

1 muỗng canh dầu ô liu
1 lb gà tây xay
1 củ hành tây, xắt nhỏ
2 tép tỏi, băm nhỏ
2 lon đậu trắng, để ráo nước và rửa sạch
1 lon cà chua thái hạt lựu
2 chén nước luộc gà
2 thìa ớt bột
1 muỗng cà phê thì là
Muối và hạt tiêu cho vừa ăn
Hướng dẫn:

Đun nóng dầu ô liu trong một cái nồi lớn trên lửa vừa và cao.

Thêm gà tây xay, hành tây và tỏi và nấu cho đến khi gà tây có màu nâu.

Cho cà chua đóng hộp, nước dùng gà và gia vị vào nồi khuấy đều.

Thêm đậu trắng và đun nhỏ lửa trong 20-25 phút.

Nêm muối và hạt tiêu cho vừa ăn.

86. Butternut Squash và Black Bean Chili

Thành phần:

2 muỗng canh dầu ô liu
1 củ hành tây, xắt nhỏ
3 tép tỏi, băm nhỏ
1 quả bí butternut, gọt vỏ và thái nhỏ
1 lon đậu đen, để ráo nước và rửa sạch
1 lon cà chua thái hạt lựu
2 chén nước luộc rau
2 thìa ớt bột
1 muỗng cà phê thì là
Muối và hạt tiêu cho vừa ăn
Hướng dẫn:

Đun nóng dầu ô liu trong một cái nồi lớn trên lửa vừa và cao.

Thêm hành tây, tỏi và bí đao và nấu trong 5-7 phút.

Thêm cà chua đóng hộp, nước luộc rau và gia vị vào nồi và khuấy đều.

Thêm đậu đen và đun nhỏ lửa trong 20-25 phút hoặc cho đến khi bí mềm.

Nêm muối và hạt tiêu cho vừa ăn.

87. Gà nấu chậm và ớt đậu đen

Thành phần:

1 lb ức gà không da không xương, xắt nhỏ
1 củ hành tây
2 tép tỏi, băm nhỏ
1 lon đậu đen, để ráo nước và rửa sạch
1 lon cà chua thái hạt lựu
2 chén nước luộc gà
2 thìa ớt bột
1 muỗng cà phê thì là
Muối và hạt tiêu cho vừa ăn
Hướng dẫn:

Thêm tất cả các thành phần vào nồi nấu chậm và khuấy để kết hợp.

Nấu ở mức thấp trong 6-8 giờ hoặc cao trong 3-4 giờ.

Nêm muối và hạt tiêu cho vừa ăn.

88. Quinoa và ớt đậu đen

Thành phần:

1 muỗng canh dầu ô liu
1 củ hành tây, xắt nhỏ
2 tép tỏi, băm nhỏ
1 quả ớt chuông đỏ, xắt nhỏ
1 lon đậu đen, để ráo nước và rửa sạch
1 lon cà chua thái hạt lựu
2 chén nước luộc rau
1/2 chén hạt diêm mạch
2 thìa ớt bột
1 muỗng cà phê thì là
Muối và hạt tiêu cho vừa ăn
Hướng dẫn:

Đun nóng dầu ô liu trong một cái nồi lớn trên lửa vừa và cao.

Thêm hành tây, tỏi và ớt chuông và nấu cho đến khi hành tây trong mờ.

Thêm cà chua đóng hộp, nước luộc rau, quinoa và gia vị vào nồi và khuấy đều.

Thêm đậu đen và đun nhỏ lửa trong 20-25 phút hoặc cho đến khi quinoa mềm.

Nêm muối và hạt tiêu cho vừa ăn.

89. Thịt bò và đậu ớt

Thành phần:

1 lb thịt bò xay
1 củ hành tây, xắt nhỏ
2 tép tỏi, băm nhỏ
1 hộp đậu tây, để ráo nước và rửa sạch
1 lon cà chua thái hạt lựu
2 chén nước dùng thịt bò
2 thìa ớt bột
1 muỗng cà phê thì là
Muối và hạt tiêu cho vừa ăn
Hướng dẫn:

Nấu thịt bò xay trong nồi lớn trên lửa vừa cho đến khi chín vàng.

Thêm hành tây và tỏi và nấu cho đến khi hành tây trong mờ.

Thêm cà chua đóng hộp, nước luộc thịt bò và gia vị vào nồi và khuấy đều.

Thêm đậu thận và đun nhỏ lửa trong 20-25 phút.

Nêm muối và hạt tiêu cho vừa ăn.

90. Đậu lăng và ớt đậu đen

Thành phần:

2 muỗng canh dầu ô liu
1 củ hành tây, xắt nhỏ
2 tép tỏi, băm nhỏ
1 quả ớt chuông đỏ, xắt nhỏ
1 lon đậu đen, để ráo nước và rửa sạch
1 lon cà chua thái hạt lựu
2 chén nước luộc rau
1 chén đậu lăng khô, rửa sạch và để ráo nước
2 thìa ớt bột
1 muỗng cà phê thì là
Muối và hạt tiêu cho vừa ăn
Hướng dẫn:

Đun nóng dầu ô liu trong một cái nồi lớn trên lửa vừa và cao.

Thêm hành tây, tỏi và ớt chuông và nấu cho đến khi hành tây trong mờ.

Thêm cà chua đóng hộp, nước luộc rau, đậu lăng và gia vị vào nồi và khuấy đều.

Thêm đậu đen và đun nhỏ lửa trong 25-30 phút hoặc cho đến khi đậu lăng mềm.

Nêm muối và hạt tiêu cho vừa ăn.

91. Thịt lợn và ớt đậu trắng

Thành phần:
1 lb vai heo, tỉa và băm nhỏ
1 củ hành tây, xắt nhỏ
2 tép tỏi, băm nhỏ
2 lon đậu trắng, để ráo nước và rửa sạch
1 lon cà chua thái hạt lựu
2 chén nước luộc gà
2 thìa ớt bột
1 muỗng cà phê thì là
Muối và hạt tiêu cho vừa ăn
Hướng dẫn:

Nấu vai lợn trong nồi lớn trên lửa vừa cho đến khi chín vàng.
Thêm hành tây và tỏi và nấu cho đến khi hành tây trong mờ.
Cho cà chua đóng hộp, nước dùng gà và gia vị vào nồi khuấy đều.
Thêm đậu trắng và đun nhỏ lửa trong 20-25 phút.
Nêm muối và hạt tiêu cho vừa ăn.

92. Thổ Nhĩ Kỳ và đậu ớt

Thành phần:

1 lb gà tây xay
1 củ hành tây, xắt nhỏ
2 tép tỏi, băm nhỏ
1 hộp đậu tây, để ráo nước và rửa sạch
1 lon đậu đen, để ráo nước và rửa sạch
1 lon cà chua thái hạt lựu
2 chén nước luộc gà
2 thìa ớt bột
1 muỗng cà phê thì là
Muối và hạt tiêu cho vừa ăn
Hướng dẫn:

Nấu gà tây xay trong nồi lớn trên lửa vừa cho đến khi chín vàng.

Thêm hành tây và tỏi và nấu cho đến khi hành tây trong mờ.

Cho cà chua đóng hộp, nước dùng gà và gia vị vào nồi khuấy đều.

Thêm đậu tây và đậu đen và đun nhỏ lửa trong 20-25 phút.

Nêm muối và hạt tiêu cho vừa ăn.

93. Khoai Lang Ớt Đậu Đen

Thành phần:

2 muỗng canh dầu ô liu
1 củ hành tây, xắt nhỏ
2 tép tỏi, băm nhỏ
1 quả ớt chuông đỏ, xắt nhỏ
1 củ khoai lang lớn, gọt vỏ và cắt khối
1 lon đậu đen, để ráo nước và rửa sạch
1 lon cà chua thái hạt lựu
2 chén nước luộc rau
2 thìa ớt bột
1 muỗng cà phê thì là
Muối và hạt tiêu cho vừa ăn
Hướng dẫn:

Đun nóng dầu ô liu trong một cái nồi lớn trên lửa vừa và cao.

Thêm hành tây, tỏi và ớt chuông và nấu cho đến khi hành tây trong mờ.

Cho khoai lang, cà chua đóng hộp, nước luộc rau, gia vị vào nồi khuấy đều.

Thêm đậu đen và đun nhỏ lửa trong 25-30 phút hoặc cho đến khi khoai lang mềm.

Nêm muối và hạt tiêu cho vừa ăn.

94. Ớt thịt bò và thịt xông khói

Thành phần:

1 lb thịt bò xay
4 lát thịt xông khói, thái hạt lựu
1 củ hành tây, xắt nhỏ
2 tép tỏi, băm nhỏ
1 hộp đậu tây, để ráo nước và rửa sạch
1 lon cà chua thái hạt lựu
2 chén nước dùng thịt bò
2 thìa ớt bột
1 muỗng cà phê thì là
Muối và hạt tiêu cho vừa ăn
Hướng dẫn:

Nấu thịt xông khói trong nồi lớn trên lửa vừa cho đến khi giòn. Lấy ra khỏi nồi và đặt sang một bên.

Thêm thịt bò xay vào nồi và nấu cho đến khi chín.

Thêm hành tây và tỏi và nấu cho đến khi hành tây trong mờ.

Thêm cà chua đóng hộp, nước luộc thịt bò và gia vị vào nồi và khuấy đều.

Thêm đậu thận và đun nhỏ lửa trong 20-25 phút.

Nêm muối và hạt tiêu cho vừa ăn. Top với thịt xông khói giòn.

95. Butternut Squash và Chickpea Chili

Thành phần:

2 muỗng canh dầu ô liu
1 củ hành tây, xắt nhỏ
2 tép tỏi, băm nhỏ
1 quả ớt chuông đỏ, xắt nhỏ
1 quả bí ngô nhỏ, gọt vỏ và cắt khối
1 lon đậu xanh, để ráo nước và rửa sạch
1 lon cà chua thái hạt lựu
2 chén nước luộc rau
2 thìa ớt bột
1 muỗng cà phê thì là
Muối và hạt tiêu cho vừa ăn
Hướng dẫn:

Đun nóng dầu ô liu trong một cái nồi lớn trên lửa vừa và cao.
Thêm hành tây, tỏi và ớt chuông và nấu cho đến khi hành tây trong mờ.
Thêm bí đỏ, cà chua đóng hộp, nước luộc rau và gia vị vào nồi và khuấy đều.
Thêm đậu xanh và đun nhỏ lửa trong 25-30 phút hoặc cho đến khi bí mềm.
Nêm muối và hạt tiêu cho vừa ăn.

96.Gà và ớt đậu trắng với chanh

Thành phần:
1 lb ức gà không xương, không da, cắt miếng vừa ăn
1 củ hành tây, xắt nhỏ
2 tép tỏi, băm nhỏ
1 lon đậu trắng, để ráo nước và rửa sạch
1 lon cà chua thái hạt lựu
2 chén nước luộc gà
Nước cốt của 1 quả chanh
2 thìa ớt bột
1 muỗng cà phê thì là
Muối và hạt tiêu cho vừa ăn
Hướng dẫn:

Nấu gà trong nồi lớn trên lửa vừa cho đến khi chín vàng.

Thêm hành tây và tỏi và nấu cho đến khi hành tây trong mờ.

Thêm cà chua đóng hộp, nước dùng gà, nước cốt chanh và gia vị vào nồi và khuấy đều.

Thêm đậu trắng và đun nhỏ lửa trong 20-25 phút.

Nêm muối và hạt tiêu cho vừa ăn.

97.Bò Hả Ớt Bia

Thành phần:

1 lb thịt bò xay
1 củ hành tây, xắt nhỏ
2 tép tỏi, băm nhỏ
1 hộp đậu tây, để ráo nước và rửa sạch
1 lon cà chua thái hạt lựu
1 cốc bia
2 chén nước dùng thịt bò
2 thìa ớt bột
1 muỗng cà phê thì là
Muối và hạt tiêu cho vừa ăn
Hướng dẫn:

Nấu thịt bò xay trong nồi lớn trên lửa vừa cho đến khi chín vàng.

Thêm hành tây và tỏi và nấu cho đến khi hành tây trong mờ.

Cho cà chua đóng hộp, bia, nước dùng thịt bò và gia vị vào nồi và khuấy đều.

Thêm đậu thận và đun nhỏ lửa trong 20-25 phút.

Nêm muối và hạt tiêu cho vừa ăn.

98.ớt cừu Ma-rốc

Thành phần:

2 lb thịt cừu xay
2 muỗng canh dầu ô liu
1 củ hành tây lớn, xắt nhỏ
4 tép tỏi, băm nhỏ
2 quả ớt chuông đỏ, xắt nhỏ
1 lon (28 oz) cà chua thái hạt lựu, không để ráo nước
2 hộp (15 oz mỗi hộp) đậu xanh, để ráo nước và rửa sạch
2 muỗng canh bột harissa
1 muỗng cà phê bột quế
1/2 muỗng cà phê gừng xay
Muối và hạt tiêu cho vừa ăn
Hướng dẫn:

Đun nóng dầu ô liu trong một cái nồi lớn trên lửa vừa và cao.

Thêm hành tây và tỏi và xào cho đến khi hành tây trong mờ.

Thêm thịt cừu xay và nấu cho đến khi chín vàng.

Thêm ớt chuông đỏ và tiếp tục nấu trong 5 phút.

Thêm cà chua thái hạt lựu, đậu xanh, bột harissa, quế, gừng, muối và hạt tiêu.

Đun sôi, sau đó giảm nhiệt xuống thấp và đun nhỏ lửa trong 30 phút.

Phục vụ nóng và thưởng thức!

99.ớt cừu Ailen

Thành phần:

2 lb thịt cừu xay
2 muỗng canh dầu ô liu
1 củ hành tây lớn, xắt nhỏ
4 tép tỏi, băm nhỏ
2 quả ớt chuông đỏ, xắt nhỏ
1 lon (28 oz) cà chua thái hạt lựu, không để ráo nước
2 hộp (15 oz mỗi hộp) đậu cannellini, để ráo nước và rửa sạch
1 chai bia đen Ireland
2 muỗng canh tương cà chua
1 muỗng canh đường nâu
1 muỗng canh sốt Worrouershire
1 muỗng cà phê húng tây khô
Muối và hạt tiêu cho vừa ăn
Hướng dẫn:

Đun nóng dầu ô liu trong một cái nồi lớn trên lửa vừa và cao.

Thêm hành tây và tỏi và xào cho đến khi hành tây trong mờ.

Thêm thịt cừu xay và nấu cho đến khi chín vàng.

Thêm ớt chuông đỏ và tiếp tục nấu trong 5 phút.

Thêm cà chua thái hạt lựu, đậu cannellini, bia đen Ailen, bột cà chua, đường nâu, sốt Worrouershire, cỏ xạ hương, muối và hạt tiêu.

Đun sôi, sau đó giảm nhiệt xuống thấp và đun nhỏ lửa trong 30 phút.

Phục vụ nóng và thưởng thức!

100. Canh ớt trái cây

Thành phần:

2 muỗng canh dầu ô liu
1 củ hành tây lớn, xắt nhỏ
4 tép tỏi, băm nhỏ
1 quả ớt chuông đỏ, xắt nhỏ
1 quả ớt chuông xanh, xắt nhỏ
2 quả ớt jalapeño, bỏ hạt và băm nhỏ
1 lon (28 ounce) cà chua thái hạt lựu, không để ráo nước
4 chén nước dùng rau hoặc gà
1 muỗng cà phê thì là
1 muỗng cà phê ớt bột
1 muỗng cà phê oregano khô
1 muỗng cà phê muối
1/2 muỗng cà phê tiêu đen
2 chén trái cây hỗn hợp xắt nhỏ (chẳng hạn như dứa, xoài và đào)
Nước cốt của 1 quả chanh
1/4 chén rau mùi tươi xắt nhỏ
Hướng dẫn:

Đun nóng dầu ô liu trong một cái nồi lớn trên lửa vừa và cao.
Thêm hành tây và tỏi và xào cho đến khi hành tây trong mờ.
Thêm ớt chuông đỏ và xanh, ớt jalapeño và tiếp tục nấu trong 5 phút.
Thêm cà chua thái hạt lựu, nước dùng, thì là, bột ớt, lá oregano, muối và hạt tiêu. Đun sôi, sau đó giảm nhiệt xuống thấp và đun nhỏ lửa trong 15 phút.
Thêm hỗn hợp trái cây xắt nhỏ, nước cốt chanh và rau mùi, và tiếp tục nấu thêm 5 phút nữa.
Phục vụ nóng và thưởng thức!

PHẦN KẾT LUẬN

Chúng tôi hy vọng rằng cuốn sách nấu ăn này đã truyền cảm hứng cho bạn khám phá thế giới phong phú và cay nồng của ớt. Với 100 công thức nấu ăn ngon và độc đáo để lựa chọn, bạn sẽ có thể kích thích vị giác của mình và gây ấn tượng với bạn bè và gia đình bằng kỹ năng nấu nướng của mình.

Nhưng cuốn sách nấu ăn này chỉ là sự khởi đầu. Chúng tôi khuyến khích bạn thử nghiệm các nguyên liệu và kỹ thuật mới để biến những công thức này thành của riêng bạn. Ớt có hương vị đậm và cay, và với một chút sáng tạo, bạn có thể tạo ra những món ăn độc đáo của riêng mình, thể hiện khẩu vị và phong cách của riêng bạn.

Cảm ơn bạn đã tham gia cùng chúng tôi trên hành trình khám phá nghệ thuật nấu ớt. Chúng tôi hy vọng rằng cuốn sách nấu ăn này đã mang đến cho bạn những công cụ và nguồn cảm hứng để tạo ra những món ăn ngon và đầy hương vị sẽ giúp bạn ấm áp ngay cả trong những ngày lạnh giá nhất. Nấu ăn vui vẻ!.